ஆகாயத் தாமரை

அசோகமித்திரனின் பிற காலச்சுவடு வெளியீடுகள்

நாவல்
- 18வது அட்சக்கோடு (கிளாசிக் வரிசை)
- ஒற்றன்!
- யுத்தங்களுக்கிடையில் . . .
- மானசரோவர் (கிளாசிக் வரிசை)
- தண்ணீர் (கிளாசிக் வரிசை)
- கரைந்த நிழல்கள் (கிளாசிக் வரிசை)
- இந்தியா 1944-48
- இன்று

சிறுகதை
- ஐந்நூறு கோப்பைத் தட்டுகள் (கிளாசிக் வரிசை)
- வாழ்விலே ஒரு முறை (முதல் சிறுகதைத் தொகுப்பு வரிசை)
- அழிவற்றது
- 1945இல் இப்படியெல்லாம் இருந்தது . . .
- இரண்டு விரல் தட்டச்சு
- அசோகமித்திரன் சிறுகதைகள் (முழுத் தொகுப்பு)
- அமானுஷ்ய நினைவுகள்

குறுநாவல்
- இன்ஸ்பெக்டர் செண்பகராமன்
- அசோகமித்திரன் குறுநாவல்கள் (முழுத் தொகுப்பு)
- மணல் (கிளாசிக் வரிசை)

கட்டுரை
- எரியாத நினைவுகள் (கிளாசிக் வரிசை)
- சில ஆசிரியர்கள் சில நூல்கள்
- படைப்புக்கலை
- ஒரு பார்வையில் சென்னை நகரம்
- ஆடிய ஆட்டமென்ன
- திரைக்குப் பின்
- என் பயணம்

ஆகாயத் தாமரை

அசோகமித்திரன் (1931–2017)

இயற்பெயர் ஜ. தியாகராஜன். செகந்தராபாத்தில் பிறந்தார். மெஹ்பூப் கல்லூரியிலும் நிஜாம் கல்லூரியிலும் ஆங்கிலம், இயற்பியல், வேதியியல் படித்தார். தந்தையின் மறைவுக்குப்பின் இருபத்தொன்றாம் வயதில் குடும்பத்துடன் சென்னைக்குக் குடியேறினார். *கணையாழி* மாத இதழின் ஆசிரியராகப் பல ஆண்டுகள் பணியாற்றினார்.

1951 முதல் தமிழிலும் ஆங்கிலத்திலும் எழுதினார். சிறுகதை, குறுநாவல், நாவல், கட்டுரை, விமர்சனம், சுய அனுபவப் பதிவு போன்ற பிரிவுகளில் 60 நூல்களுக்கும் மேல் எழுதியிருக்கிறார். பல இந்திய மொழிகளிலும் சில ஐரோப்பிய மொழிகளிலும் இவரது நூல்கள் மொழிபெயர்க்கப்பட்டுள்ளன. 1973இல் அமெரிக்க அயோவா பல்கலைக்கழகத்தின் எழுத்தாளர்களுக்கான சிறப்புப் பயிலரங்கில் கலந்துகொண்டவர்.

1996ஆம் ஆண்டு சாகித்திய அகாதெமி விருது பெற்றார்.

அசோகமித்திரன் தனது 85வது வயதில், 23.03.2017 அன்று சென்னை வேளச்சேரியில் காலமானார்.

மனைவி: ராஜேஸ்வரி. மகன்கள்: தி. ரவிசங்கர், தி. முத்துக்குமார், தி. ராமகிருஷ்ணன்.

● அன்பார்ந்த வாசகருக்கு,

வணக்கம்.

காலச்சுவடு நூலை வாங்கியமைக்கு நன்றி.

நூலின் உள்ளடக்கம், உருவாக்கம், அட்டைப்படம் இன்ன பிற அம்சங்கள் பற்றிய உங்கள் கருத்துகளையும் ஆலோசனைகளையும் காலச்சுவடு வரவேற்கிறது. தகவல், எழுத்து, வாக்கியப் பிழைகள் தென்பட்டால் அவசியம் தெரிவித்து உதவுங்கள். நூல் தயாரிப்பில் கடும் குறைபாடு இருப்பின் மாற்றுப் பிரதி உங்களுக்குக் கிடைக்கக் காலச்சுவடு ஏற்பாடு செய்யும்.

மின்னஞ்சல்: **publisher@kalachuvadu.com**

காலச்சுவடு நாகர்கோவில் அலுவலகத்திற்குக் கடிதம் அனுப்பலாம்.

தங்கள்
எஸ்.ஆர். சுந்தரம் (கண்ணன்)
பதிப்பாளர் – நிர்வாக இயக்குநர்

Unauthorised use of the contents of this published book, whether in e-book or hardcopy format, for any type of Artificial Intelligence (AI) training — including but not limited to Machine Learning, Deep Learning, Natural Language Processing, Computer Vision, Chatbot Training, Image Recognition Systems, Recommendation Engines, and Language Models — is strictly prohibited without prior licensing from the publisher. Any such unauthorised use may result in legal action.

அசோகமித்திரன்

ஆகாயத் தாமரை

காலச்சுவடு பதிப்பகம்

ஆகாயத் தாமரை ❖ நாவல் ❖ அசோகமித்திரன் ❖ ©ராஜேஸ்வரி, தி. ரவிசங்கர், தி. முத்துக்குமார், தி. ராமகிருஷ்ணன் ❖ முதல் பதிப்பு: மார்ச் 1980 ❖ காலச்சுவடு முதல் பதிப்பு: ஆகஸ்ட் 2019, ஆறாம் பதிப்பு: ஆகஸ்ட் 2025 ❖ வெளியீடு: காலச்சுவடு பப்ளிகேஷன்ஸ் (பி) லிட்., 669, கே.பி. சாலை, நாகர்கோவில் 629001

agaya thamarai ❖ Novel ❖ Author: Ashokamitran ❖ © Rajeswari, T. Ravishankar, T. Muthukumar and T. Ramakrishnan ❖ Language: Tamil ❖ First Edition: March 1980 ❖ Kalachuvadu First Edition: August 2019, Sixth Edition: August 2025 ❖ Size: Demy 1 x 8 ❖ Paper: 18.6 kg maplitho ❖ Pages: 160

Published by Kalachuvadu Publications Pvt. Ltd., 669 K.P. Road, Nagercoil 629001, India ❖ Phone: 91-4652-278525 ❖ e-mail: publications @kalachuvadu.com ❖ Printed at Clicto Print, Jaleel Towers, 42 KB Dasan Road, Teynampet Chennai 600018

ISBN: 978-93-88631-77-8

08/2025/S.No. 909, kcp 5948, 18.6 (6) 1k

சமர்ப்பணம்
பாரதி – லெட்சுமணனுக்கு

நன்றி
தமிழ்நேசனுக்கு

1

“உனக்கென்ன, இருபத்தைந்து வயது இருக்குமா? இதுதான் நீ சரியாக முடிவெடுக்க வேண்டிய தருணம். உன் பிற்கால வாழ்க்கையை அது சீராகவும் படிப்படியாக வளர்ச்சி பெறவும் வழி அமைத்துக் கொள்ள வேண்டிய வேளை இதுதான். நீ இப்போது எங்கே வேலையிலிருக்கிறாய்? சொல்லாதே. என்னிடம் சொல்லாதே. நீயாகவே யோசித்துப் பார். எல்லாக் கோணங்களிலிருந்தும் நீ இப்போது வேலையிலிருக்கும் இடம் உன்னை இன்னும் இருபது வருடங்களில் ஒரு பெரிய மனிதனாக உயர்த்திவிடுமா என்று நீயே நன்றாக யோசித்துப் பார். ஓரளவு சாத்தியம் என்றிருந்தாலும் இப்போதிருக்கும் இடத்திலேயே உன்னை உயர்த்திக் கொள்ள நீ என்னென்ன முயற்சிகள் மேற்கொள்ள வேண்டுமென்று திட்டமிட்டுச் செயல்படத் தொடங்கு. ஒரு திட்டமும் முன்யோசனையும் இல்லாமல் காலம் கழிக்காதே. ஆனால், உன் மனத்திற்கேற்ப இந்த வேலையில் போதிய வாய்ப்புக்கள் இல்லை என்றால் இப்போதே ஒரு முடிவு எடுத்துக்கொள். ஒரு மாதம், அதிகம் போனால் ஆறு மாதம். அதற்குமேல் காலத்தை வீணாக்காதே—உடனே அங்குமிங்கும் சுற்றிப் பார், அலைந்து பார், தேடிப் பார். இந்த வேலையை விட்டொழித்துவிட்டு உடனே வேறிடத்தில் சேர்ந்து கொள். சொல்லாதே, என்னிடம் சொல்லாதே. உன்னுடைய இன்றைய எஜமானனுக்கு உன்னைத் துரோகம் செய்ய வைப்பவனாக என்னை மாற்றாதே. நீயாகவே யோசித்துப் பார். நீயாகவே முடிவு செய். அப்படி முடிவெடுத்தபின் என்னிடம் வா, நான்

உன்னை ஞாபகம் வைத்திருப்பேன். உனக்கு என்ன செய்ய வேண்டுமென்று எனக்குத் தெரியும். அவசியம் என்னிடம் வா. நான் உன்னைக் கவனித்துக் கொள்வேன்..."

அவன் கண்ணுக்குத் தெரிந்த அரைக் கோள நீல வானப் பரப்பில் ஒரு மூலையில் மட்டும் வெண்மேகங்கள் மடிப்பு மடிப்பாகக் குமைந்து கிடந்ததுபோல இச்சொற்கள் கறுத்துக் கிடந்த அவன் மனவெளியில் வெண்மையாகப் பளிச்சிட்டன. ரகுநாதன் புல் தரையிலிருந்து எழுந்து தன் உடையில் படிந்திருந்த தூசுவைத் தட்டிக்கொண்டான். இச்சொற்கள் அவனிடம் ஒரு வாரம் முன்பு சொல்லப்பட்டபோது தனக்குச் சம்பந்தமேயில்லாத ஒன்றைக் கேட்க நேரும் நிர்ப்பந்தச் சூழ்நிலையில் அரைக் கவனமாகக் கேட்டான். ஆனால், இவ்வளவு சீக்கிரம் அவ்வார்த்தைகளைத் திருப்பி நினைக்க நேரும் என்று எதிர்பார்க்கவில்லை.

உடனே அங்குமிங்கும் சுற்றிப் பார். அலைந்து பார். தேடிப்பார். இந்த வேலையை விட்டொழித்துவிட்டு உடனே வேறிடத்தில் சேர்ந்து கொள்...

அதன் அநேக நாட்கள் அந்தப் பாலத்தைக் கடந்து செல்ல நேரிட்டபோது அந்த கேட்டைக் கவனித்திருக்கிறான். அதனுள், இரு மருங்கிலும் உயரமான புதர்ச்செடிகள் சீராக வளர்த்து வெட்டிவிடப்பட்டிருக்க, அப்பாதை நேராக நெடுந்தூரம் உள்ளே சென்று மறையும். அப்பாதையின் இறுதியில் இவ்வளவு பெரிய இடமும் கட்டிடங்களும் இம்மாதிரியான உல்லாச நடவடிக்கைகளும் நிகழும் என்று சாலையிலிருந்து ஊகித்துக் கொள்ளவே முடியாது. அங்கே போய்ப் பார்க்க வேண்டும் என்று எப்போதோ ஒருமுறை நினைத்திருப்பான். ஆனால், அதெல்லாம் மறந்துவிட்டது. எதிர்பாராத விதமாக அங்கே ஒருநாள் செல்ல நேரிட்டது. சில மணி நேரம் செலவிட நேரிட்டது.

"ரகுநாதன்!"

"எஸ், சார்."

"டெலிபோன்!"

ரகுநாதன் விரைந்து சென்று தன் உயர் அதிகாரி கையில் வைத்திருந்த டெலிபோனை வாங்கிக் கொண்டான். மிகவும் அடக்கமான குரலில், "ஹலோ," என்றான்.

"யாரு? ரகுநாதன்?"—டெலிபோன் குரல் சந்தேகித்தது.

"ஆமாம், ரகுநாதன்."

"என்ன, குரல் ஒரு மாதிரி இருக்கே?"

ரகுநாதனுக்குப் போனைத் தூர எறிந்துவிட்டுப் போக வேண்டும் போலிருந்தது.

"ஹலோ! ஹலோ! ரகுநாதன்?"

"ஆமாம், ரகுநாதன்தான். நீங்க யாரு? கொஞ்சம் சீக்கிரம் சொல்லறேளா?"

"ஏன் குரல் கம்மிப் போய் கரகரன்னு இருக்கு? எஸ். ரகுநாதன் தானே?"

ரகுநாதன் டெலிபோனை அப்படியே வைத்துவிட்டு வந்தான். இரண்டு நிமிஷத்திற்குள் மீண்டும் அது மணியடித்தது. மீண்டும் உயர் அதிகாரி ஒரு வார்த்தைப் பரிமாற்றத்திற்குப் பின் "ரகுநாதன்" என்று கூப்பிட்டார்.

ரகுநாதன் டெலிபோனை வாங்கிக்கொள்ள விரைந்தான். அவர், "ஏம்பா, ஒழுங்கா பதில் கொடுத்துப் பேச்சை முடிச்சுக்கத் தெரியாது? அந்த ஆள் வெறுமனே தொந்தரவு செய்யறானே!" என்றார்.

ரகுநாதன் டெலிபோனை வாங்கிக்கொண்டு "நான் தான் ரகு பேசறேன்!" என்றான்.

"ஏன் குரல் கம்மியிருக்கு?"

"இன்னொரு தடவை என் குரலைப் பத்திப் பேசினா இந்த டெலிபோனை உடைச்சிப் போட்டுடுவேன்!"

"என்ன, என்ன?" என்று அதிகாரி குறுக்கே பேசினார்.

"ஒண்ணுமில்லே சார். நான் அவனுக்குச் சொன்னேன் சார்."

"என்னது?" டெலிபோன் குரல் கேட்டது.

"ஒண்ணுமில்லே" என்று ரகுநாதன் சென்னான்.

"எஸ். ரகுநாதன் தானே?"

"ஆமாம், ஆமாம். எஸ். ரகுநாதன்தான். என்ன சொல்லணுமோ சொல்லித் தொலையேன்."

"குரல் –"

"என் குரல் எக்கேடு கெட்டுப் போனா உனக்கென்ன? விஷயத்தைச் சொல்லித் தொலையேன்."

இப்போது அந்தக் காரியாலயத்தில் அந்தப் பகுதியில் உட்கார்ந்திருந்த எல்லாரும் இந்த டெலிபோன் சம்பாஷணையைக் கவனித்த வண்ணம் இருந்தார்கள். ரகுநாதனின் அதிகாரிக்கு அவர் கோபத்தை முகத்தில் தெரியவைக்காமல் மறைக்கத் தெரியவில்லை.

"ஏன் இப்படிக் கத்தறே? நீ எஸ். ரகுநாதனான்னு தெரியாம நான் எப்படிப் பேச முடியும்?" டெலிபோன்.

ரகுநாதனுக்குத் தான் காரியாலயத்தில் இருக்கிறோம், அதிகாரி மிகவும் எரிச்சலுற்றிருக்கிறார் என்கிற விஷயமெல்லாம் மறந்து போயின. வெறி பிடித்தவன் போல், "யாருடா காலங்கார்த்தாலே என்னைக் கழுத்தறுக்கறான்? நான்தான் எஸ். ரகுநாதன். உனக்கு என்ன வேணும்? தயவு செய்து சொல்லித் தொலை! இல்லாது போனால் டெலிபோனைக் கீழே வை ..."

இப்போது ரகுநாதனின் அதிகாரி அவன் கையிலிருந்து டெலிபோனைப் பிடுங்கிக் கொண்டார். அந்த ஆளுடன் ஆங்கிலத்தில் இரு வார்த்தைகள் பேசினார். கோபத்துடன் டெலிபோனைக் கீழே வைத்தார். அவர் பார்வைக் கடுமை தாங்க மாட்டாமல் ரகுநாதன் நகர்ந்தான். ஆனால், மீண்டும் டெலிபோன் மணியடித்தது. அதிகாரி ரகுவைப் பார்த்தார். ரகு அவரைப் பார்த்தான். இருவரும் டெலிபோன் ஐந்தாறு முறை மணியடிக்கும் வரை காத்திருந்தார்கள். பிறகு அதிகாரி அவரே டெலிபோனில் ஏதோ சொல்லி ரகுநாதனின் குரல் மாற்றத்திற்கு அங்க வாய்ப்பு தெரிவிக்கும் அந்த ஆள் மீண்டும் டெலிபோன் செய்யவொண்ணாவிதம் செய்து முடித்தார்.

இரண்டு நாட்கள் கழித்துத்தான் ரகுநாதனுக்கே யார் அந்த ஆள் என்று தெரிய வந்தது. அவன் எப்போதோ ஒரு காலத்தில் ரகுநாதனுக்குச் சிறிது பரிச்சயம் உள்ளவனாக இருந்திருக்கிறான். இருவருக்கும் இருந்த சிறு தொடர்பும் அறுந்து போய் எவ்வளவோ நாட்களாகிவிட்டன. அவனை ரகுநாதன் மறந்துவிட்டான். ஆனால், அவன் ரகுநாதனை மறக்கவில்லை. பார்க்கப்போனால் ரகுநாதனுக்குச் சிறிது வரும்படி தரக்கூடிய ஒரு விஷயத்திற்காகத்தான் அவன் அன்று விடாமல் டெலிபோன் செய்திருக்கிறான். சென்னையில் ஒரு வெளிநாடு ஓர் ஓவியக் கண்காட்சி ஏற்பாடு செய்யவிருந்தது. ஒரு ஞாயிற்றுக்கிழமையும் உட்பட நான்கு நாட்களுக்கு. காட்சி சாலைக்கு வருவோர் போவோரை உபசரித்து, சுற்றிக்காட்டி, இலவச வெளியீடுகள் இரண்டு மூன்றை விநியோகிக்கப் படித்த இளைஞர்களாக பார்த்தால் பளிச்சென்று இருப்பவர்களாக நால்வர் வேண்டும்.

அந்த நான்கு நாட்கள் சிரமத்திற்குக் கணிசமாக வெகுமானம் உண்டு. ரகுநாதன் வந்தால் மிகவும் நன்றாக இருக்கும்...

ரகுநாதனுக்கு அந்த நண்பன் நல்ல வேளையாக இதெல்லாம் அன்று டெலிபோனில் சொல்லவில்லையே என்று ஆறுதலாயிருந்தது. அவன் வேலை செய்யுமிடத்தில் கண்டிப்பு அதிகம் என்று சொல்லுவதற்கில்லை. ஆனால், காரியாலய நேரத்தில் டெலிபோனைச் சொந்தக்காரணங்களுக்காகப் பயன்படுத்துவதற்கு எல்லை உண்டு.

ஓவியக் கண்காட்சி ரகுநாதனின் எதிர்பார்ப்புகளுக்கு முற்றிலும் மாறுபட்டதாக இருந்தது. கண்காட்சி பிற்பகல் நான்கு மணிக்கு ஆரம்பித்து முதல் இரண்டு இரண்டரைமணிநேரத்திற்கு உள்ளே ஒரு பார்வையாளன் இருக்கமாட்டான். திடீரென்று கூட்டம் வரத்தொடங்கும். காரில் வந்திறங்குவார்கள். ஸ்கூட்டரில் வருவார்கள். ஆண்களளவு பெண்கள். எப்பேர்ப்பட்ட பெண்கள்! நகரவாழ்க்கையின் சொகுசுகள் அனைத்தும் அனுபவிக்கும் வசதி பெற்ற பெண்கள். அந்த சொகுசுகள் அவர்கள் நடையில், அவர்கள் உடையில், அவர்கள் முடியலங்காரங்களில், அவர்கள் கைப்பைகளில், அவர்கள் அழகு சாதனங்களின் நறுமணத்தில் வெளிப்படும். பலர் ரகுநாதனோடுதான் பேசினார்கள். ரகுநாதன் கண்காட்சி ஏற்பாடு செய்த நாடு பற்றி அந்த நாட்டு ஓவியர்களைப்பற்றி அவனுக்குச் சொல்லிக்கொடுத்ததை ஆர்வத்தோடு அவர்களிடம் சொன்னான். நிறுத்தி நிதானமாக ஒருமுறைக்கு இருமுறையாகச் சொன்னான். அவனுடைய வருத்தம் ஒரே சமயத்தில் பல அழகிய பெண்கள் கண்காட்சிக்கு வந்துவிடுவதுதான். அப்போது மற்ற மூன்று நபர்கள் அவர்களைக் கவனித்துக்கொண்டார்கள். இரவு எட்டரை மணிக்கு அந்தக் கண்காட்சிக் கூடத்தை மூடிவிட்டுப் போகையில் ரகுநாதன் மானசீகக் கண்கள் முன்னால் டஜன் கணக்கில் அழகிய பெண்ணுருவங்கள் மிதந்து நிற்கும். இது தவிர அவனுக்கு வேறு பயன் தக்க அனுபவங்களும் ஏற்பட்டன. அவன் ஒரே சமயத்தில் இவ்வளவு பேரை எதிர் நோக்கவேண்டிய சந்தர்ப்பங்கள் இதுவரை இருந்ததில்லை. ஆரம்பத்தில் அது மலைப்பாக இருந்தாலும் அவனுக்கு ஆள்திரளைக்கண்டு, பிரமித்து நின்றுவிடுவது சிறிது சிறிதாகக் குறைந்தது.

அதேபோல் ஒரே தருணத்தில் வெவ்வேறு சுபாவங்களும் மனப்போக்குகளும் உடையோர் கேள்விகளைச் சமாளித்துப் பதில்தரவேண்டிய சந்தர்ப்பங்களும் அதற்கு முன் அவனுக்கிருந்த தில்லை. அவனால் மீளவே முடியாது என்று நினைத்து சபைக்

கூச்சம் பெரிதும் மறைந்திருந்தது. ஒரு புது நாடுபற்றியும் ஒருபுது ஓவியப்பாணி, ஒரு புதுக் கலாச்சாரம் இவை பற்றியும் முதலில் வெறும் உதட்டளவில் மனப்பாடம் செய்து வைத்தவைகளைக் கூறிக்கொண்டிருந்தாலும் அதே சொற்கள் சிறிது சிறிதாக மனதில் திட உருவம் கொள்ள ஆரம்பித்தன; அவனுக்கு ஒரு புதிய உலகைத் தெரியப்படுத்தத் தொடங்கின. அவன் நடையே சிறிது அழுத்தம் கூடியது போலத் தோன்றியது. முதுகுத் தண்டு திடீரென்று நிமிர்ந்து நீண்டிருப்பது போலவும் தோன்றிற்று.

கண்காட்சி முடிந்ததும் அந்தக் கண்காட்சி நடத்திய வெளிநாட்டு உதவித் தூதர் ரகுநாதனுக்கும் மற்றவர்களுக்கும் மனமார நன்றி தெரிவித்தார். முதலில் தெரிவித்ததற்கு மேலாகவே சன்மானம் அளித்தார். ஒரு மெடல் கொடுத்தார். சில புத்தகங்கள் பரிசளித்தார். அந்த உதவித்தூதரின் மனைவி அனைவர் கையையும் குலுக்கி ஒருவருக்கும் புரியாத மொழியில் வாழ்த்துத் தெரிவித்தாள். இதெல்லாவற்றிற்கும் மேலாக அடுத்த சனிக்கிழமை மாலை ஏழரை மணிக்குக் கண்காட்சிக்கு உதவியவர்கள் அனைவருக்கும் விருந்து என்று உதவித் தூதர் அறிவித்தார். விருந்து அவர் மாளிகையில் இல்லை. ரகுநாதன் எவ்வளவோ நாட்கள் வெளியிலிருந்து பார்த்தும் அதன் உள்ளே செல்ல நேரிடும் என்ற நம்பிக்கையே தராத நகரின் பெரும் வர்த்தகர்கள் – செல்வந்தர்கள் – ஆங்கிலேயர்கள் இவர்களே அங்கத்தினராக உள்ள அந்த 'கிளப்'பில்.

குறிப்பிட்ட தினத்தன்று ரகுநாதன் அந்த கிளப்புக்கு உரிய மரியாதை தரும் வகையில் டை, கோட், ஜோடு அணிந்துகொண்டு ஏழே காலுக்கே அந்த இடத்தின் வெளிகேட்டருகே அடைந்தான். வெகு நாட்களாக டை கட்டாமல் பழக்கப்பட்டதால் அன்று அந்த கஜ நீள வண்ணத் துணி இரும்பினாலான சங்கிலி போல அவனைத் துன்புறுத்தியது. டை முடியை எவ்வளவுதான் அவன் நேராகக் கழுத்து மத்தியில் அழுத்தி வைத்தாலும் அதுவாகச் சிறிது வலப் பக்கமாக நகர்ந்து கொண்டது. வெகுநேரம் அதனுடன் மன்றாடிய பிறகுதான் அவனுக்குக் காரணம் தெரிந்தது. அவன் ஷர்ட்டு காலரே சிறிது கோணலாகத் தைக்கப்பட்டிருந்தது. அவன் இவ்வளவு நாட்கள் கழித்துப் பொத்தானே போடாததால் அந்தக் கோணல் தெரியவில்லை. கோட்டு ஒரேயடியாகப் பாச்சை உருண்டை வாசனையாக மணத்தது. அந்தக் கோட்டை அவன் அணிந்ததற்காக அவனிடம் இன்னும் பல நாட்களுக்கு ஒரு பூச்சிபுழு வராது. கோட்டின் கை மடிப்புகளில் படாமல் எப்படி ரசம்சோறு உண்ணப் போகிறோம் என்று ரகுநாதனுக்கு ஒரே கவலையாக இருந்தது.

அவன் அப்படிக் கவலைப் பட்டதற்காகத்தானோ என்னவோ வெளிக் காவல்காரன் ரகுநாதனைத் தடுத்து நிறுத்தி வைத்துவிட்டான்.

"நீ யார்?" என்றான்.

அந்தக் காவல்காரனுக்குத் தன்னை உள்ளே அனுமதிக்கும் வகையில் எப்படி அக்கேள்வியைப் பதிலளிப்பது என்று ரகுநாதன் யோசித்தான். "எனக்கு இங்கே டின்னர்," என்றான்.

"நீ மெம்பரா?"

"இல்லை."

"அப்போ விட முடியாது. இந்த கிளப்பு மெம்பர்ஸுக்குத்தான். வெளியாளுங்க யாரையும் விடறது கிடையாது."

"எனக்கு இன்னிக்கு ஏழரைக்கு இங்கே டின்னரப்பா. என்னை ஒரு வெள்ளைக்காரரு வரச் சொல்லியிருக்காரு."

"யாரு அவரு! கடுதாசி இருக்கா?"

"கடிதாசு கிடிதாசு எல்லாம் கிடையாதுப்பா. அவர் ஒரு வைஸ் கான்ஸல். வெளிநாட்டுத் தூதர். யாரும் அழைக்காதபடி இங்கே நான் வந்துடலை."

"இங்கே வருகிறவங்க யாரும் நடந்து வரதே கிடையாது."

"எல்லாருக்கும் கார் இருந்துட முடியுமா?"

"எனக்குத் தெரியாது, சார். உன்னை உள்ளே விட முடியாது." காவல்காரன் அதற்கு மேல் ரகுநாதனிடம் வேலையில்லை என்கிற மாதிரி நகர்ந்தான். சொல்லிவைத்தாற்போல் அப்போது இரு கார்கள் வேகமாக உள்ளே நுழைய வந்தன. உள்ளிருந்து ஒரு கார் வெளியே வருவதற்கு இருந்தது. காவல்காரன் வெளிக் கார்கள் இரண்டையும் கைநீட்டி நிறுத்தி, உள் காரை வெளியே போகச் சைகை காட்டினான். அது வெளியே போனவுடன் நின்ற கார்கள் இரண்டும் உள்ளே போகக் கையை நீட்டினான். அவை உள்ளே போகும்போது விரைத்து நின்று சல்யூட் அடித்தான். அவை போன பின் ரகுநாதனைப் பார்த்து, "போய்யா அந்தாண்டை, வழியிலேயே நின்னுண்டு தொந்தரவு கொடுக்கிறியே?" என்றான்.

ரகுநாதனுக்கு அந்த உதவித் தூதுவர் தேனொழுகப் பேசிய நன்றியுரைகள்கூட நினைவுக்கு வரவில்லை. அவருடைய பிரகாசமான மனைவி எவ்வளவு ஆர்வத்தோடு கை குலுக்கினாள்? எப்படி ஒவ்வொருவரையும் கட்டாயம் விருந்துக்கு வரும்படி வற்புறுத்தி அழைத்தாள்? அவள் வீட்டிலேயே அந்த விருந்தை

ஆகாயத் தாமரை

நடத்த இயலாமல் போனதற்கு வருத்தம் தெரிவித்தாள்? சிறிது நேரம் போனால் பாகாகக் கரைந்து போய்விடுவாள் போலத் தோன்றினாளே! இன்று இந்த நாற்சந்தியில் இந்தக் கோமாளிக் கோலத்தோடு நிற்க வைத்து விட்டாளே? இந்தக் காவல்காரன் பற்றி அவர்களுக்கு ஒன்றுமே தெரியாதா? ஒழுங்காக ஒரு அழைப்பிதழாவது தந்திருக்கக் கூடாதா? ஒருவேளை எல்லாம் ஒரு பாசாங்கோ? செய்த வேலைக்குக் கூலி கொடுத்தாயிற்று, இனிச் சாப்பாடும் எதற்குப் போட வேண்டும் என்று தோன்றி விட்டதோ?

ரகுநாதன் இப்போது சிறிது தள்ளியே நின்றான். அவன் செவிக்கு உள்ளே கிளப்பிலிருந்து எழும் ஒலிகளைத் தெளிவாகவே கேட்க இயன்றது. உள்ளே நிறையப் பேர் குழுமி இருக்க வேண்டும். கிளப் என்றால் என்ன மாதிரி கிளப்போ? அத்தனை பேருக்கும் அந்த உதவித் தூதர் விருந்தளித்துக் கொண்டிருக்கிறாரா? நாம் போகாததுகூட அந்த மனிதனுக்குத் தெரியாது.

இந்த விருந்திலா கோட்டில் ரசக் கறை விழுந்துவிடும் என்று பயந்தோம்? முழுப் பட்டினியாக அல்லவா நம்மை வீட்டுக்கு அனுப்பிவிடுவார்கள் போலிருக்கிறது.

ரகுநாதனுக்கு வெகுநேரம் என்ன செய்வதென்று தெரியவில்லை. தோல்வியை ஒப்புக் கொண்டு வீடு திரும்பவும் துணிச்சல் வரவில்லை. அந்தக் காவல்காரனை மீறிப்போக வழி இருப்பதானால் வேலியோரமாகச் சென்று சிறிது இருண்டிருக்கும் இடத்தில் ஏறிக்குதித்து உள்ளே செல்ல வேண்டும், அங்கே நாய் கீய் ஏதாவது இருந்தால் போச்சு. போலீசில் கூட ஒப்படைத்துவிடுவார்கள். சுவரேறி வரும் திருடன் என்று. அவ்வளவு செய்தும் உள்ளே போனபின் அந்த வெள்ளைத்தோல் – வழுக்கைத்தலை – பூனைக் கண் ஆசாமி, அந்த உதவித் தூதுவன் உள்ளே இல்லாமல் போய்விட்டால்? ஒருவேளை அழைத்ததையே மறந்துவிட்டுத் திருவான்மியூர் கடற்கரையில் நீந்தப் போய்விட்டாரோ?

திடீரென்று ரகுநாதனுக்கு அந்த யோசனை தோன்றியது. அவ்வளவு நேரம் மசமசவென்று அங்கு தயங்கி நின்றவன் விறுவிறென்று பாலத்தைக்கடந்தான். நிறையக் கடைகள் இருக்கும் இடத்திற்கு வந்தான். முதலில் அவன் கேட்ட இடத்தில் சரியான பதில் கிடைக்கவில்லை. ஒரு ஹோட்டல்காரன் சரியென்றான். ரகுநாதன் டெலிபோன் டைரக்டரியைப் புரட்டி அந்த கிளப்பின் டெலிபோன் எண்ணைக் கண்டுபிடித்தான். அந்த எண்ணுக்கு டெலிபோனைச் சுழற்றினான். நிறைய நேரம் காத்திருந்தான். கடைசியில் எவனோ எடுத்தான். அவனிடம் அந்த உதவித் தூதுவர் பேரைச் சொல்லி அவர் அங்கு இருந்தால்

டெலிபோனில் பேச அழைக்குமாறு கேட்டுக்கொண்டான். நாக்கைக் கடித்துக்கொண்டான். 'அவர் அங்கு இருந்தால்...' இப்படிக் கேட்டால் வெகு சுலபமாக 'இல்லை' என்று பதில் சொல்லி டெலிபோனை மூடிவிட்டுவிடுவார்கள். நல்லவேளை, இந்த ஆள் இப்படிச் செய்யவில்லை.

காத்திருந்த ரகுநாதன் முகத்தை இருமுறை கைக்குட்டையால் துடைத்துக்கொண்டான். ஹோட்டல் வாசலில் நிற்பது பசிக்கும் அவன் வயிற்றை அவனே அவமதிப்பது போல இருந்தது. அந்த மனிதன் டெலிபோனில் கிடைக்காவிட்டால் இந்த ஹோட்டலிலேயே ஏதாவது சாப்பிட்டுவிட வேண்டியதுதான்.

அவனுக்கு இப்போது இன்னொன்றும் தோன்றிற்று. எவ்வளவு எளிதாக ஒரு வெளிநாட்டுத் தூதுவரை – அவர் உதவித் தூதுவராக இருந்தாலும் – ஏதோ சாதாரண மனிதனைப் போல டெலிபோனில் கூப்பிடுகிறோம்? இதுவே ஒரு பெரிய மரியாதைக் குறைவான செயலாக எடுத்துக் கொள்ளப்படாது! இப்போது என்ன செய்வது? டெலிபோனை வைத்துவிடுவதா? விருந்து இல்லாது போனால் போயிற்று, மரியாதை தெரியாதவன் என்று பெயர் வேண்டாம்.

அவன் டெலிபோனை வைத்துவிட இருக்கையில் அந்தக் கோடியில் குரல் கேட்டது. உதவித் தூதுவர்தான். "ஹலோ! ஏன் இன்னும் வரவில்லை?" என்று கேட்டார்.

"என்னை உள்ளே விடமாட்டேன் என்கிறான் உங்கள் காவல்காரன்..."

"வாட்..?"

பத்துநிமிடத்தில் கிளப்பினுள் ரகுநாதன் இருந்தான். வெளிக் காவல்காரன் மரியாதையுடனும் மன்னிப்புக் கோரியும் அவனை உள்ளே விட்டான். உள்ளே கிளப் கட்டிட வாசற்படியிலேயே உதவித் தூதுவர் காத்துக் கொண்டிருந்தார்.

அன்று அந்த கிளப்பில்தான் ஒரு விநோதமான முறையில் ஓரிடத்தில் சிக்கிக்கொண்டான். அங்குதான் ஆரம்பமாயிற்று அந்தப் பிரசங்கம்:

"உனக்கென்ன, இருபத்தைந்து வயது இருக்குமா? இதுதான் நீ சரியாக முடிவெடுக்க வேண்டிய சமயம். உன் பிற்கால வாழ்க்கையை அது சீராகவும் படிப்படியாக வளர்ச்சி பெறவும் வழி அமைத்துக் கொள்ள வேண்டிய வேளை இதுதான்..."

2

அந்த அயல் நாட்டுத் தூதுவர் முன்னே செல்ல அவரைப் பின் தொடர்ந்தபடி ரகுநாதன் அந்த கிளப்பின் எல்லையுள் புகுந்தான். அவன் ஏதோ வழி தவறி வந்துவிட்டவன் போல, முக்கியமாக அந்த கிளப்பின் வேலைக்காரர்கள், அவனைப் பார்த்தார்கள். முன்னே செல்லும் தூதுவரைக் கவனியாத ஒரு வெள்ளைச் சீருடை ஆள் ரகுநாதன் சட்டையைப் பிடித்து "நீங்க மெம்பரா?" என்று கேட்டான். பிறகு தூதுவரைப் பார்த்து மன்னிப்புக் கோரும் தோற்றத்துடன் பின் வாங்கினான். அவரருகில் அவன் வரும் வரை காத்திருந்து ரகுநாதனைக் கையுடன் அந்தத் தூதுவர் அழைத்துச் சென்றார்.

அப்படிப்பட்டதொரு உலகை அதற்கு முன் ரகுநாதன் கண்டதில்லை. அந்த கிளப் இருபதாம் நூற்றாண்டின் ஆரம்பத்தில் சென்னைவாழ் வெள்ளையர்களுக்கென்று ஒரு பிரத்தியேகப் பொழுது போக்கு விடுதியாகத் துவக்கப்பட்டது. தரையிலிருந்து ஆறடி உயரத்திற்கு உயர்த்தப்பட்ட கட்டிடம். விசாலமான படிகள்; நாற்புறத்திலும் விசாலமான வெராண்டாக்கள்; பெரிய பெரிய தூண்கள்; அண்ணாந்து பார்க்கவேண்டிய கூரை. வெராண்டா தவிர மற்றவிடங்களில் எல்லாம் தேக்கு மரத்தில் வேயப்பட்ட கூரை. பட்டுப்போல மிருதுவாகத் தேய்த்துக் கட்டப்பட்ட சுவர்கள். ஆளுயரத்திற்கு ஜன்னல்கள், இன்னும் பெரிதான வாசற்படிகள், கதவுகள், நீளச் சங்கிலிகள் கொண்டு கூரையிலிருந்து தொங்கவிடப்பட்ட அலங்காரக்

கொத்துவிளக்குகள். ஒருகாலத்தில் இவற்றில் மெழுகுவர்த்திகள் எரியவிடப்பட்டிருக்கும். இப்போது மெழுகுவர்த்தி உருவத்தில் இவ்விளக்குக் கூண்டுகளில் மின்சார விளக்குகள். இந்தத் தொங்கு விளக்குகளோடு சுவரோடு பதிக்கப்பட்ட அலங்கார விளக்குகளும் ஏற்றப்பட்டிருந்தன. இவ்வளவு விளக்குகள் இருந்தும் வெளிச்சம் கண்ணைக் கூசாமல் மிதமாகப் பரவி இருந்தது.

உதவித் தூதுவருடன் ஒவ்வொரு ஹாலாக ரகுநாதன் கடந்து சென்றான். முதல் ஹாலில் பல விநோதமான வடிவங்களில் நாற்காலிகளும் சோபாக்களும் போடப்பட்டிருந்தன. குட்டையான சில மேசைகள் மீது மிக எடுப்பான தோற்றம் கொண்ட பல வெளிநாட்டுப் பத்திரிகைகளும் சஞ்சிகைகளும் வைக்கப்பட்டிருந்தன. அவை அடுக்கி வைக்கப்பட்டது கலையாமல் இருந்ததிலிருந்து அந்த இடத்திற்குப் பத்திரிகை படிக்க வருவோர் அதிகம் இல்லை என்பது தெரிந்தது. ரகுநாதனுக்கு அவற்றில் ஏதாவது இரண்டு மூன்றைத் தூக்கிச் செல்ல வேண்டும் என்று தோன்றியது. ஆனால், ஒரு மூலையில் ஒரு வெள்ளைச் சீருடை ஆள் நின்றுகொண்டிருந்தான். அந்த விடுதி அங்கத்தினர் ஒத்தாசைக்கும் அங்கத்தினர் இல்லாதார் திருடிப் போவதைத் தடுப்பதற்கும் அவன் பொறுப்பளிக்கப் பட்டிருக்கவேண்டும். அடுத்த ஹாலில் சில மேசைகளைச் சுற்றி நாற்காலிகள் போடப்பட்டிருந்தன. அங்கு சிலர் சீட்டு விளையாடிக் கொண்டிருந்தனர். அவர்கள் முகத்தோற்றம் விளையாடுபவர்கள் முகமாகத் தெரியவில்லை. அனைவரும் சேர்ந்து ஏதோ மோன நிலைக்குச் சென்றவர்கள் போலிருந்தது. பக்கத்தில் இன்னொரு அறையில் பில்லியர்ட்ஸ் ஆடிக் கொண்டிருந்தார்கள். பில்லியர்ட்ஸ் மேசை மீது தணித்து அமைக்கப்பட்ட பிரகாசமான விளக்கொளியில் மேசையின் பச்சை விரிப்பில் கறுப்பு வெளுப்புப் பந்துகள் பளபளவென்று மின்னி அங்குமிங்கும் அலைக்கழிக்கப்பட்டுக் கிடந்தன. கட்டிடத்திற்கு மறுபுறத்தில் ஒரு விசாலமான புல்வெளி பட்டுப்போல் பரவிக் கிடந்தது. அங்கே சில மூலைகளில் தாழ்வான சாய்வு நாற்காலிகள் போடப்பட்டிருந்தன. அப்படிப்பட்டதொரு இடத்திற்குத்தான் உதவித் தூதுவர் ரகுநாதனை அழைத்துச் சென்றார்.

அந்தக்குழுவில் உதவித் தூதுவர், அவர் மனைவி தவிர மற்ற நான்கைந்து பேரும் அந்த இடத்தில் பொருந்தாதவர்களாக அமர்ந்திருந்தார்கள். எல்லாரும் கண்காட்சிக்கு உதவி புரிந்தவர்கள். ஒரு காலி நாற்காலியைக் காண்பித்துத் தயவு செய்து உட்காருங்கள் என்று உதவித் தூதுவர் கூறினார். ரகுநாதன் உட்கார்ந்தான்.

"நீங்களெல்லாருமே ஒருவருக்கொருவர் அறிமுகமானவர்கள்," என்று உதவித் தூதுவர் கூறினார். அதற்குப் பொருத்தமாகப் பதிலளிக்கத் தெரியாமல் அவர்கள் எல்லாரும் அசட்டுப் புன்னகை புரிந்தார்கள்.

"இன்று மாலை மிகவும் நன்றாக இல்லை?" என்று உதவித் தூதுவர் மனைவி கேட்டாள்.

"ஆமாம், ஆமாம்," என்று எல்லாரும் பதில் தந்தார்கள்.

"சென்னை நகரத்தின் மாலை வேளைக்கு ஈடிணையாக உலகத்தில் வேறெதுவும் இருக்க முடியாது என்று தோன்றுகிறது."

ரகுநாதன் கைக்குட்டையால் வியர்வையால் நனைந்திருந்த அவனுடைய கழுத்தைத் துடைத்த வண்ணம், "ஆமாம், ஆமாம்," என்றான். மற்றவர்களும் அப்படித்தான் பதிலளித்தார்கள்.

"அதோ அங்கே பார்த்தீர்களா, இந்த நட்சத்திர மண்டலம் இப்போதே எவ்வளவு அழகாக உருவெடுத்துத் தெரிகிறது!"

"ஆமாம், ஆமாம்."

"இந்த மாதிரி மாலைகளை ஓரளவு இஸ்ரேல் நாட்டில் அனுபவிக்கலாம். அங்கே மாதக்கணக்கில் ஆகாயத்தில் மேகமே கண்ணுக்குத் தென்படாது."

"ஆமாம், ஆமாம்... ஓ, அப்படியா?"

நீண்டநேரம் மௌனம் நிலவியது. உதவித் தூதுவர் கேட்டார்: "என்ன கொண்டுவரச் சொல்லட்டும்? என்ன குடிக்கிறீர்கள்?"

மற்றவர்களுக்கு அக்கேள்வி புரிந்ததோ இல்லையோ ரகுநாதனுக்குப் புரியவில்லை.

சொல்லி வைத்தாற்போல ஒரு சீருடை ஆள் அங்கே வந்தான். உதவித் தூதுவர் மீண்டும் கேட்டார்: "என்ன குடிக்கிறீர்கள்? என்ன வேண்டும் உங்களுக்கு?"

அவர் மனைவி ஏதோ புரியாத மொழியில் அவருடன் பேசினாள். அவள் மீண்டும் ஏதோ சொன்னாள். அவர் சிரித்துக் கொண்டே அவளுக்குப் பதில் சொன்னார். மற்றவர்களைப் பார்த்து "என்ன, ஒன்றும் சொல்லாமல் இருக்கிறீர்கள்? நீங்களெல்லாம் என் விருந்தினர்கள். என்ன வேண்டும்? பீர், ஜின், விஸ்கி, வாட்கா..."

ஒருவன் 'பீர்' என்றான். மற்றவர்களும் பீர், பீர் என்று ஒவ்வொருவராகச் சொன்னார்கள். ரகுநாதன் முறை வந்தபோது

அவனும் பீர் என்றுதான் சொல்லவிருந்தான். ஆனால், அவன் வாயில் காபி என்று வந்தது.

'காபி!' என்று உதவித் தூதுவர் வியப்போடு கேட்டார்.

"ஆமாம் எனக்குக் காபி போதும்." உதவித் தூதுவர் வியப்பு நீங்காமல் "நீங்கள் இப்போதே காபி சாப்பிடுவீர்களா?" என்று கேட்டார்.

"நான் எப்போதும் காபிதான் சாப்பிடுவேன்" என்று ரகுநாதன் சொன்னான்.

"அப்படியா?"

"ஆமாம். இல்லாவிட்டால் வெறும் தண்ணீர் போதும்."

"வேண்டாம், வேண்டாம். நான் காபியே தருவிக்கிறேன். இதோ பார் ஜோசப்" என்று உதவித் தூதுவர் அந்தச் சீருடை ஆளிடம் உத்தரவு தர ஆரம்பித்தார். நான்கு பீர். அவருக்கும் அவர் மனைவிக்கும் சொன்னது ரகுநாதனுக்குப் புரியவில்லை. அப்புறம் ஒரு காபி.

ஒரு வழியாக அந்த ஆளை அங்கிருந்து அனுப்பிய பிறகு அந்த உதவித் தூதுவர் மீண்டும் எல்லாரையும் பார்த்துப் புன்னகை புரிந்தார்.

அந்த வேளையில் அங்கு நிலவிய அரை வெளிச்சத்தில், அவருடைய பற்கள் பளபளவென வரிசையாகப் பறக்கும் பூச்சிகள் போலத் தெரிந்தன.

"எனக்கு உங்கள் ஊர் மிகவும் பிடித்துப் போய்விட்டது," என்றார்.

இப்போது ஒருவனுக்கு அவருடன் விவாதம் நடத்தத் தைரியம் வந்துவிட்டது. "என்ன பிடித்திருக்கிறது என்கிறீர்கள்?" என்று கேட்டான்.

"எல்லாம்தான். இந்த ஊர் மிகவும் சுத்தமாக இருக்கிறது, ஜனங்கள் எல்லாரும் மிகவும் உதவி புரியும் மனப்பான்மையோடு கூடியவர்களாக இருக்கிறார்கள். அதிகம் பேசாமல் வேலையில் கவனமாக இருக்கிறார்கள். இவர்களை நம்பிப்பொறுப்புக்களை ஒப்படைக்க முடிகிறது. இந்தக் கண்காட்சியைத்தான் எடுத்துக்கொள்ளுங்களேன். ஒருவிதச் சிக்கலில்லாமல், ஒருவிதச் சிரமமில்லாமல் இதை நடத்திவிட முடிந்தது. உங்களுடைய பரிபூரண ஒத்துழைப்பு முக்கியக் காரணம் என்றாலும் சென்னை வாசிகளும் இது வெற்றிகரமாக நடந்தேற வழி செய்தார்கள்.

இதே கண்காட்சி பம்பாயில் நடந்தது போன மாதத்தில். மூன்று சிறந்த படங்களை யாரோ தூக்கிச் சென்றுவிட்டார்கள். நாங்கள் விநியோகத்திற்கென்று வைத்திருந்த சிறப்பு மலர் பிரதிகள் கண்காட்சி நடந்துகொண்டிருக்கும் போதே கட்டுக் கட்டாகப் பழைய காகிதக் கடைகளில் கிடைத்தது. யாரோ அப்படியே அபகரித்துப் போட்டிருக்கிறார்கள். நாங்கள் எல்லாப் பத்திரிகையாளர்களையும் அழைத்திருந்தோம். மூன்று பேர்தான் வந்தார்கள். ஒரு பத்திரிகையில்தான் கண்காட்சி பற்றிக் குறிப்பு வந்தது. இதனாலெல்லாம் நான் பம்பாய் மீது கண்டனம் தெரிவிக்கிறேன் என்று நினைத்துவிடாதீர்கள். நாங்கள் அங்கு பொருத்தமான நாட்களில் கண்காட்சி ஏற்பாடு செய்யவில்லை. ஒரே மழை. சென்னைக் கண்காட்சி மிகப் பெரிய வெற்றி. எங்கள் அரசாங்கம் இதுபற்றி திருப்தி தெரிவித்து எங்களுக்குத் தகவல் அனுப்பியிருக்கிறது…"

உதவித் தூதுவரைத் தடுத்து அவர் மனைவி குறுக்கே ஏதோ சொன்னாள். அவர் உடனே பேச்சை நிறுத்திக் கொண்டார். அவர் மனைவி கேட்டாள்: "உங்களில் மணமானவர்கள் இருக்கிறார்களா?"

ஐந்து பேரில் இருவர் மணமானவர்கள். இது தெரிவிக்கப்பட்ட வுடன் அந்த அம்மாள் சொன்னார்: "உங்கள் மனைவிமார்களையும் அழைத்து வந்திருக்கலாமே?"

ஒருவன் பதில் தந்தான்.

"அவர்களுக்கு இதெல்லாம் பழக்கமில்லை…"

"எது பழக்கமில்லை?"

"இப்படி விருந்துகளுக்குப் போய்ப் பழக்கமில்லை!"

"அவர்கள் விருந்துகளுக்கே போகமாட்டார்களா?"

"போவார்கள். ஆனால், இந்த மாதிரி விருந்துகளுக்குப் போய்ப் பழக்கமில்லை!"

"அவர்கள் போகும் விருந்துகளுக்கும் இதற்கும் என்ன வித்தியாசம்? நாங்கள் உங்களிடம் முறை தவறி நடந்து கொள்கிறோமா?"

"அப்படி இல்லை…"

"நாங்கள் உங்கள் நண்பர்கள்தானே?"

"தவறாக எடுத்துக்கொள்ளாதீர்கள். அவர்கள் பழங்காலத்து மனிதர்கள், அவர்களுக்குத்தான் உங்களோடு சரியாகப் பழகத் தெரியாது."

"ஏன் தெரியாது? அவர்களுக்கு நீங்கள் சந்தர்ப்பம் அளித்தால்தானே அதெல்லாம் அவர்களுக்குத் தெரியும்?"

இப்போது உதவித் தூதுவர் அவர் மனைவியிடம் ஏதோ அவர்கள் மொழியில் சொன்னார். உடனே அந்த அம்மாள் மௌனமானாள்.

மௌனம் எல்லாருக்கும் பெரும் சங்கடம் வளர்ப்பதற்குள் ஜோசப் ஒருபெரிய தட்டில் ஐந்தாறு கண்ணாடித் தம்ளர்கள், புட்டிகள், ஒரு சிறு வாளி நிறைய ஐஸ்கட்டிகள் எல்லாம் எடுத்து வந்தான். அவர்கள் அருகே வந்ததும் சிறு பலகை போன்று இருந்ததொன்றை ஏதோ செய்தான். அது ஒரு சிறு மேசையாக மாறிற்று. அதன் மீது ஐஸ் வாளியையும் புட்டிகளையும் வைத்தான். உதவித்தூதுவரை ஒரு வார்த்தை கேட்டுக்கொண்டு பீர் புட்டிகளை ஒவ்வொன்றாகத் திறந்து தம்ளர்களில் மெதுவாக ஊற்றி ஒவ்வொருவர் முன்பும் வைத்தான். உதவித் தூதுவர் முதலில் அவருக்காக வேறெதுவோ கேட்டிருந்தாலும் இப்போது அவரும் பீர் ஊற்றிக்கொண்டார். எல்லலோருடைய கண்ணாடித் தம்ளர்களையும் நிரப்பிய பிறகுதான் ரகுநாதனுக்குக் காபிவராதது தெரிய வந்தது.

"எங்கே இவருக்குக் காபி?" என்று அவர் ஜோஸபைக் கேட்டார்.

ஜோசப் ஓடினான். நுரை பொங்கும் தம்ளர்களுடன் எல்லாரும் காத்திருந்தார்கள். ரகுநாதன் அவனுடைய நாற்காலியில் சங்கடம் தாங்காமல் அப்படியும் இப்படியுமாக மூன்றுமுறை நகர்ந்து உட்கார்ந்தான்.

"மன்னிக்க வேண்டும்," என்று உதவித் தூதுவர் சொன்னார்.

ரகுநாதனுக்கு அதற்குப் பதிலாக என்ன சொல்வதென்று தெரியவில்லை. அவனும் "மன்னிக்க வேண்டும்" என்றான்.

"இல்லை, இல்லை. நான்தான் மன்னிப்புக் கோர வேண்டும்," என்று அந்த உதவித் தூதுவர் அழுத்தமாகக் கூறினார்.

"சரி," என்று ரகுநாதன் சென்னான்.

யாரோ களுக்கென்று சிரித்தார்கள். யார் சிரித்தார்கள் என்று அந்த அரை இருட்டில் தெரியவில்லை.

ஜோசப் இன்னொரு பெரிய தட்டில் நிறையப் பாத்திரங் களைக் கொணர்ந்தான். எல்லாம் வெள்ளிப் பாத்திரங்கள். ரகுநாதனுக்குக் காபி வந்துவிட்டது. பெரிய வெள்ளிப்பாத்திரத்தி லிருந்து காபிக் கசாயம், ஒரு சிறிய வெள்ளிப்பாத்திரத்திலிருந்து

பால், இன்னொரு சிறிய வெள்ளிப் பாத்திரத்திலிருந்து சர்க்கரைக் கட்டிகள் – இதெல்லாம் ஒரு வெள்ளிக் கோப்பையில் சேர்த்துச் சிறு தேக்கரண்டியால் கலக்கினான். அந்த வெளிச்சத்தில் கசாயம், பால் அளவு எல்லாம் தோராயமாகத்தான் சேர்க்க முடிந்தது. மற்றவர்கள் அவனுக்காகக் காத்திருந்தார்கள். அது அவனை மேலும் தடுமாறச் செய்தது. உதவித் தூதுவர் மனைவி காபி கலக்க அவனுக்கு உதவுவதாகப் பயமுறுத்தி வந்தாள். ஒரு வழியாக ரகுநாதன் தயாரானான். எல்லாரும் பீர் தம்ளர்களைக் கையில் தூக்கிவைத்துக் கொள்ள ரகுநாதன் காபிக் கோப்பையை வாயருகில் உயர்த்திக்கொள்ள உதவித் தூதுவர், "சீயர்ஸ், நம் எதிர் காலத்திற்கு!" என்றார். எல்லாரும் ஒரு வாய்ப் பானம் பருகிய பின் தத்தம் தம்ளர்களைக் கீழே மேசை மீது வைத்தார்கள். ரகுநாதன் மெதுவாக ஊதி ஊதிக் காபியை உறிஞ்சிக் கொண்டிருந்தான்.

"எங்கள் நாடு சிறியநாடு..." என்று உதவித் தூதுவர் ஆரம்பித்தார். அவர் குரல் மிகவும் மென்மையடைந்திருந்தது. சென்னையில் பீர் வாங்கிக் கொடுத்ததற்கு நன்றி செலுத்தும் வகையில் எல்லாரும் அவர் பேச்சைக் கேட்கத் தயாரானார்கள்.

அவர் பேசினார்: "எங்கள்நாடு சிறிய நாடு. இரண்டு உலக யுத்தத்திலும் கடுமையான துன்பங்களை அனுபவித்தநாடு. எங்கள் முன்னோர்கள் கீழை நாடுகள் எல்லாவற்றிற்கும் விஜயம் செய்திருக்கிறார்கள். அவர்களுடைய கப்பல்கள் உலகின் எல்லாப் பாகங்களுக்கும் சென்றிருக்கின்றன. நாங்கள் எல்லாவிடங்களிலும் மிகவும் விருப்பப்பட்ட விருந்தாளிகளாக இருந்திருக்கிறோம். எங்கள் நாடு உலக வல்லரசுகளில் ஒன்றாக இருந்தது. ஆனால், இன்று அது ஒரு சிறிய நாடாக இருப்பதில் மன நிறைவு அடைகிறது. அதற்கு யாரையும் அடக்கி ஆள வேண்டும் என்ற எண்ணம் கிடையாது. எந்த வேற்று நாட்டு மக்களையும் சூறையாட வேண்டும் என்ற நோக்கம் கிடையாது. இரண்டாம் உலக யுத்தத்தில் எங்கள் நாடு மிகுந்த துன்பங்கள் அனுபவித்துவிட்டது. ஒரு குடும்பமாவது யுத்தத்தினால் துக்கமுறாமல் போகவில்லை. எங்களுடைய கலைப்பொருள்கள் எல்லாம் கடத்தப்பட்டுவிட்டன. பல குண்டு வீச்சினாலும், பீரங்கித் தாக்குதல்களாலும் அழிந்தே போய்விட்டன. எங்கள் கண் முன்னாலேயே எரிந்து கருகிச் சாம்பலாகிவிட்டன. அற்புதமான கட்டிடங்கள் இடிந்து தூள் தூளாகிவிட்டன. இன்று அவற்றை எல்லாம் புனர்நிர்மாணம் செய்துவிட்டோம். ஆனால், விலைமதிப்பிட முடியாத எங்கள் கலைப் பொக்கிஷங்கள் போய்விட்டன..."

அவர் பேசிக்கொண்டே போக, மற்றவர்கள் மௌனத்தில் ஆழ்ந்திருந்தார்கள். ரகுநாதனுடைய காபி மிகவும் கசந்தது. அவன் எவ்வளவு முயன்றும் உரிய அளவு பால், சர்க்கரை அவனுடைய கோப்பையில் அமைய மறுத்துவிட்டது. கிளப்பின் கட்டிடங்களிலிருந்து பேச்சுக் குரல், கண்ணாடித் தம்ளர்கள் ஒலி, ஏதோ ரேடியோ சங்கீதம் எல்லாம் மிகச் சன்னமாகக் கேட்டுக் கொண்டிருந்தது. என்னை மன்னியுங்கள். ஒரு நிமிஷத்தில் வருகிறேன் என்று எழுந்து நின்றான். பீரினாலோ, உதவித் தூதுவரின் தாலாட்டுப் போன்ற பேச்சினாலோ யாரும் அவனைப் பொருட்படுத்தியதாகத் தெரியவில்லை. ரகுநாதன் அவ்விடத்தை விட்டு மெதுவாக நகர்ந்தான். வெகு சீராக வெட்டப்பட்டிருந்த புல்வெளியில் நடப்பதற்கு மிகவும் இதமாக இருந்தது. அந்த இடத்தில் இரண்டு மூன்று கால் பந்து கோஷ்டிகள் தாராளமாக விளையாடலாம் என்று தோன்றிற்று. சற்றுத் தள்ளி வாய்க்கால் போன்ற ஆறு ஓடிக்கொண்டிருந்தது. அத்தண்ணீர்ப் பரப்பிலிருந்து ஒரு தாவர, மிருகவாடை வீசிக்கொண்டிருந்தது. அப்புல் வெளியிலிருந்து வரும் மணமும் அதுவும் கலந்து மனதுக்குப் பிடித்தமாகவே இருந்தன. கிளப்பின் கட்டிடங்கள் விளக்கேற்றி வைக்கப்பட்ட பொம்மைக் கட்டிடங்கள் போல இருந்தன. அதைவிடத் தூரத்தில் அங்கிருந்து பார்க்கத் தெரிந்த சென்னை நகரப் பல மாடிக் கட்டிடங்கள், காகிதத்தில் வரையப்பட்ட சித்திரங்களாகத் தெரிந்தன. சென்னைக் கலங்கரை விளக்கம் சுழல் விளக்கு ஒன்றுதான் ஏதோ கனவில் காணும் பொம்மைக் காட்சி போன்றிருந்ததை உயிரும் இயக்கமும் உள்ளவையே என்று உறுதிப்படுத்துவதாக இருந்தது. ரகுநாதனுக்கு அப்படியே அங்கிருந்து நழுவி விடலாமா என்று தோன்றியது. அவன் அப்படிப் போய்விடுவதை யாரும் பெரிதுபடுத்த மாட்டார்கள். உதவித் தூதுவரின் மனைவி ஒருவேளை ஏதாவது நினைத்துக் கொள்ளலாம். ஆனால், இனிமேல் அவர்களுடன் எதற்காகவென்று உறவு ஏற்படப்போகிறது? பெரிய வல்லரசு நாடுகளின் தூதுவர்கள் – உதவித் தூதுவர்களை நம்மால் நெருங்கக்கூட முடியாது. அவர்கள் இம்மாதிரிக் கூடிப் பேசவும் வரமாட்டார்கள். அதுவும் ரகுநாதன் போன்ற மிகச் சாதாரணமானவர்களிடம் இந்த மனிதர் ஏதேதோ பேசிக்கொண்டே போகிறார். என்ன ... எதற்கு என்று புரியவில்லை...

"ஹலோ! வாருங்கள் ... என்னோடு சேர்ந்து கொள்ளுங்கள் ..." என்று ஆங்கிலத்தில் ஒரு குரல், இருட்டிலிருந்து கேட்டது. ரகுநாதன் திடுக்கிட்டான்.

3

அந்தக் குரல் மீண்டும் ஆங்கிலத்தில் ஒலித்தது. "நான் தனியாகத்தான் இருக்கிறேன். என் மேசையில் அமருங்கள்."

ரகுநாதன் ஓரடி முன்வைத்துக் கண்களை இடுக்கிக் கொண்டு பார்த்தான். மிகவும் தாழ்வான நாற்காலியில் ஒரு கருத்த உருவம் உட்கார்ந்திருந்தது. இன்னும் சிறிது கூர்ந்து பார்த்ததில் அதனருகில் ஒரு சிறு மடிப்பு மேசை மீது மூன்று நான்கு புட்டிகள், தம்ளர்கள், ஐஸ்வாளி எல்லாம் இருந்தன.

"என் பெயர் ராஜப்பா. என்னால் எழுந்திருக்க முடியாததற்கு மன்னியுங்கள். அதோ அங்கே கிடக்கும் நாற்காலியை இழுத்துப் போட்டுக் கொண்டு உட்காருங்கள்."

ரகுநாதனுக்கு இன்னும் அந்த மனிதனின் முகத்தைச் சரியாகப் பார்க்க முடியவில்லை. ஆனால், குரலிலிருந்து ஒன்று மட்டும் தெரிந்தது. சுமார் ஐம்பது ஐம்பத்தைந்து வயதிருக்கும் அந்த மனிதன் அதிகாரம் செய்து பழக்கப்பட்டவர்.

ரகுநாதன் அவர் சொன்னபடியே அங்கு இருட்டில் கிடந்த இரண்டாவது நாற்காலியில் உட்கார்ந்தான். அவன் உட்கார்ந்தவுடன் அந்த மனிதர் கேட்டார்: "என் பெயர் ராஜப்பா. உங்கள் பெயரைத் தெரிந்து கொள்ளலாமா?"

ரகுநாதனுக்கு என்ன காரணமோ அவன் பெயரே அந்த நேரத்தில் அவன் வாயில் எழவில்லை. திடீரென ராஜப்பா தமிழில் வெடித்தார்: "நீ யாரு? மெம்பர் தானே?"

“இல்லை...”

“இல்லை! கெட் அவுட்! கம்பி தாண்டிக் குதிச்சயாடா? கெட் அவுட்! பாய்!”

“இல்லை, சார். நான் இங்கு ஒரு விருந்துக்கு வந்தேன்.”

“உனக்கா? எவன் உன்னை இங்கே உள்ளே விட்டான்?”

ரகுநாதன் அந்த உதவித் தூதுவர் பெயரைச் சொன்னான்.

“யாரவன்? இங்கே மெம்பரா?”

“மெம்பராகத்தான் இருக்கணும். அவர் மனைவியும் வந்திருக்காங்க. அதோ அந்த மூலையிலேதான் எங்க பார்ட்டி நடக்கிறது.”

“நீ ஏன் அங்கேயே இல்லாமே இங்கே சுத்திண்டிருக்கே?”

“அவர் பெரிய லெக்சர் கொடுத்திண்டிருக்கார், சார்.”

ராஜப்பா சிரித்துவிட்டார். அவரிடமிருந்து சாராயவாடை பலமாக வந்தது.

“உன் பெயர் என்ன?” என்று கேட்டார்.

“ரகுநாதன்.”

“என்ன ரகுநாதன்?”

“எஸ். ரகுநாதன்.”

“உட்கார், சிறிது நேரம் இங்கேதான் இருந்துவிட்டு போயேன்.” ராஜப்பா ரகுநாதன் பக்கம் ஒரு தம்ளரை நகர்த்தி அதில் விஸ்கி ஊற்றத் தொடங்கினார்.

“வேண்டாம் சார், வேண்டாம். நான் குடிப்பதில்லை.”

“என்னப்பா நீயும் அயல்நாட்டுப் பிரயாணக் கட்டுரைகள் எழுதறவங்க போலப் பேசறியே? குடிக்கமாட்டேன்னா இந்தக் கிளப்புக்கு ஏன் வந்தே! உம்... எடுத்துக்க. என்ன சோடாவா, தண்ணியா? இங்கே இரண்டும் இருக்கு.”

“எனக்குத் தண்ணி போதும். சார், எனக்குத் தண்ணி மட்டும் போதும்னு சொன்னேன்.”

“அட, சரிதாம்பா!”

ரகுநாதனுக்கு ஏன் இங்கு வந்து மாட்டிக்கொண்டோம் என்றிருந்தது. அந்த எல்லையினுள் காற்றுக்கூட அப்படியே மூச்சை அமுக்குவது போலிருந்தது. தூரத்தில் தெரிந்த விளக்குகள்,

வெளிக் கட்டிடங்கள், ஆற்றோட்டம் மட்டும் விசேஷ அழகு கொண்டதாகத் தென்பட்டன.

ராஜப்பா எங்கெங்கெல்லாமோ தேடி ஒரு பெரிய கைக்குட்டையை எடுத்தார். பலமாக மூக்கைச் சிந்திக் கொண்டார். அவர் தம்ளரில் இருந்ததை வேகமாக உறிஞ்சினார். ரகுநாதனைப் பார்த்து, "என்ன சும்மா உட்கார்ந்திருக்கே? உம், ஆரம்பி. இங்கே இன்னும் ஒரு முழு பாட்டில் பாக்கியிருக்கு."

ரகுநாதன் மூச்சைப் பிடித்துக்கொண்டு விஸ்கியைத் தன் வாயுள் இழுத்துக்கொண்டான். ஓர் அசாத்தியக் கசப்பு இருந்தாலும் அதில் ஒரு கவர்ச்சியிருப்பதாகத் தோன்றிற்று. அப்படியே விழுங்கினான். அவன் கண்கள் சிவந்து கண்ணீர் பெருக்கெடுத்தது. தாங்க முடியாத வேகத்தோடு இருமல் வந்தது.

ராஜப்பா அவன் சங்கடத்தைப் பொருட்படுத்தியதாகத் தெரியவில்லை. அவருடைய தம்ளரைக் காலி செய்த பிறகு மீண்டுமொரு முறை விஸ்கியும் சோடாவும் அதனுள் ஊற்றிக் கொண்டார். இரண்டு ஐஸ் கட்டிகளையும் போட்டுக்கொண்டார்.

"என்ன பேருன்னு சொன்னே நீ?" என்று கேட்டார்.

ரகுநாதன் உடனே பதிலளிக்கக்கூடிய நிலையில் இல்லை. ஆனால், சற்று முன் நேர்ந்ததை நினைத்துப் பார்த்ததில் ஏதாவது சப்தமெழுப்பி விடுவது நல்லது என்று தீர்மானித்தான். இருமிக் கொண்டே அவன் பெயரைச் சொன்னான். அவன் எதிரில் இருப்பவர் மது அருந்தாதவராக இருந்தால்கூட அது புரியாது.

"என்ன, என்ன?"

"ரகுநாதன்."

"ரகுநாதன் – நல்ல பெயர். எனக்கு உன்னை ரொம்பப் பிடித்துவிட்டது."

இதற்கு என்ன விதமாகப் பதிலளிக்கலாம் என்று ரகுநாதன் தயங்கினான். ஆனால், ராஜப்பா அவனைப் பிடித்துப் போய்விட்டது என்பதை ஊர்ஜிதம் செய்வது போல அவன் பேசாதிருப்பதற்குக் கோபிக்காமல் தொடர்ந்து பேசினார்.

"என் பேரை முன்னாலேயே சொல்லிட்டேன். ஆனா நான் என்ன செய்யறேன்னு நீ கேக்கவே இல்லே."

"எனக்குத் தெரியாது சார்."

"உனக்குத் தெரிஞ்சதுன்னாலேதான் நீ கேக்காம இருப்பியோன்னு ஒரு கணம் நினைச்சேன். அப்புறம் நீ அதிகம்

விஷயம் தெரிஞ்சவன் இல்லைன்னும் தோணிச்சது…" ராஜப்பா அவர் யாரென்று சொன்னார். சென்னையில் முக்கியஸ்தர்கள் என்று வர்த்தக உலகிலிருந்து ஐம்பது நபர்களைப் பொறுக்கி எடுத்தால் அதில் ராஜப்பா நிச்சயம் இருப்பார். ரகுநாதனுக்கு நடுக்கம் கண்டது. ராஜப்பாவுக்கு ரகுநாதன் வேலை செய்யும் நிறுவனத்தாரைக் கட்டாயம் தெரிந்திருக்கும். அதன்மூலம் ஏதாவது சங்கடம் விளைந்துவிடும். ரகுநாதன் தன்னைப்பற்றி இந்த ராஜப்பா எந்தக் கேள்வியும் கேட்டுவிடக்கூடாது என்று பிரார்த்தித்துக்கொண்டிருந்தான். அவன் பிரார்த்தனை செவி சாய்க்கப்படலாமென்று தெரிவிப்பது போல ராஜப்பாவின் கவனம் அப்போது ரகுநாதனின் தம்ளரில் சென்றது. "என்ன, நீ அதை அப்படியே வச்சிட்டு இருக்கே? உம், முடி!" என்றார்.

ரகுநாதன் குடிப்பது போலப் பாவனை செய்தான். மேசை பக்கத்தில் தரையில் பாதித் தம்ளரைக் கவிழ்த்துக் காலி செய்தான். சாராய வாடை குப்பென்று எழுந்தது.

அப்போது ராஜப்பா மீண்டும் பேச ஆரம்பித்தார். "உனக்கென்ன, இருபத்தைந்து வயது இருக்குமா? இது தான் நீ சரியாக முடிவெடுக்க வேண்டிய தருணம்–" ராஜப்பா நல்ல சுத்தமான ஆங்கிலத்தில் தெளிவாகப் பேசினார். "உன் பிற்கால வாழ்க்கையை அது சீராகவும் படிப்படியாக வளர்ச்சி பெறவும் வழி அமைத்துக்கொள்ள வேண்டிய வேளை இதுதான்… நான் உன்னை ஞாபகம் வைத்திருப்பேன். உனக்கு என்ன செய்ய வேண்டுமென்று எனக்குத் தெரியும். அவசியம் என்னிடம் வா. நான் உன்னைக் கவனித்துக் கொள்வேன்…"

மிகவும் அசிரத்தையாக இந்த நீண்ட உரையைக் கேட்டுக் கொண்டிருந்த ரகுநாதனுக்குத் திடீரென்று அவனுடைய தந்தை ஞாபகம் வந்தது. அவர் அவனைக் கவனித்துக் கொள்ளாமல் அற்பாயுளில் செத்துப்போய்விட்டார். இன்று உயிரோடு இருந்தால் அவர் இப்படிச் சொல்லக்கூடும் 'நான் உன்னைக் கவனித்துக் கொள்வேன்…'

ராஜப்பா மீண்டும் அவருடைய தம்ளரை நிரப்பிக்கொண் டிருந்தார். ஒரு ஆகாய விமானம் மிகவும் தாழ்வாகப் பறந்து சென்று அந்தப் பகுதியெல்லாமே அதிரச் செய்தது. ரகுநாதனுடன் சேர்ந்து ராஜப்பாவும் அண்ணாந்து பார்த்தார். "இந்த வேளைக்கு பிளைட் ஒண்ணும் கிடையாதே! ஏதோ பிளேன் லேட் போல் இருக்கு" என்று சொன்னார். ரகுநாதன் அந்த விமானத்தின் விளக்குகள் கண் பார்வையிலிருந்து மறையும் வரை அது பறந்து செல்வதைப் பார்த்தபடியே இருந்தான். அவனுக்குத் திடீரென்று

அவனுடைய கோஷ்டி ஞாபகம் வந்தது. அவர்களிடம் சென்று சேர்ந்து கொள்ள எழுந்தான்.

"என்ன எழுந்திருக்கிறே? உக்காரு" என்று ராஜப்பா சொன்னார்.

"இல்லே சார். நான் என் குரூப்கிட்டே போறேன்."

"உன் குரூப் எல்லாம் அங்கே அப்படியே உட்கார்ந்திண் டிருக்கப்பா. நீ சும்மா உக்காரு."

ரகுநாதன் இருட்டில் முடிந்தவரை கண்களைக் கூர்மையாக்கிக்கொண்டு பார்த்தான். எல்லாம் மிகவும் தெளிவில்லாத இருட்டாக இருந்தது. அங்கே அவன் நண்பர்கள் இன்னும் இருக்கலாம். அல்லது எழுந்து போயிருக்கலாம். அவர்கள் இருந்த இடத்தில் புலி கரடி ஏதாவது வந்து உட்கார்ந்து காத்துக்கொண்டிருக்கலாம். அல்லது அத்தனை பேரும் அங்கே புல்வெளியில் படுத்துத் தூங்கிக் கொண்டிருக்கலாம்.

"சும்மா உக்காருப்பா. எங்கே உன் தம்ளரு? பிடி இதை. இதுதான் கடைசி. இதுக்கப்புறம் நீயும்போகலாம். நானும் போறேன்."

ரகுநாதன் இன்னும் தயங்கியபடி நின்றான்.

"ஏய் உக்காருப்பா!" என்று ராஜப்பா அதட்டினார்.

ரகுநாதன் உடனே உட்கார்ந்து கொண்டான். ராஜப்பா அவனுடைய தம்ளரையும் விஸ்கி சோடா கொண்டு நிரப்பினார். அவனும் உடனே பாதித் தம்ளரைக் கீழே கொட்டினான். மறுபடியும் சாராய வாடை குப்பென்று கிளம்பியது.

"உன் பேரு என்னான்னு சொன்னே?" என்று ராஜப்பா குளறிக்கொண்டே கேட்டார்.

"ரகுநாதன், எஸ். ரகுநாதன்."

"ஆமாம், ஆமாம். ரகுநாதன். எஸ். ரகுநாதன். இனிமே செத்தாக்கூட இந்தப் பேரை மறக்கமாட்டேன். நீ இன்னிக்கு என்னோடேயே சாப்பிடறியா?"

"வேண்டாம் சார். என்னை இன்னொருத்தர் சாப்பிடக் கூப்பிட்டிருக்காரு. அதுக்குத்தானே நானே இங்கே வந்தேன்."

"என்கூட வந்து சாப்பிடு. நீ இவ்வளவு நேரம் அவங்க கூடஇல்லாததைக் கவனிக்காதவங்க நீ சாப்பிட வராததையா கவனிக்கப் போறாங்க?"

ரகுநாதன் தத்தளித்தான். "அது நல்லா இருக்காது, சார்."

"வாய்யா என்கூட. அவன் என்ன சோறு போடுவான்? சவுக்குச் சவுக்குன்னு உப்புக் காரமே இல்லாத வெள்ளைக்காரன் சோறு போடுவான். நான் உனக்கு நல்ல கோழிக்கறி பண்ணிப்போடச் சொல்றேன்."

"நான் கறி சாப்பிடறதில்லை சார்."

"இது பாருப்பா, திரும்பித் திரும்பி நான் குடிக்கிறதில்லை, கறி சாப்பிடறதில்லை அப்படீன்னெல்லாம் எங்கிட்டே சொல்லிட்டு இருக்காதே. நீ குடிச்சா என்ன, கறி சாப்பிட்டா என்ன? அது உனக்கும் உன் பெண் சாதிக்கும் விஷயம். இதை என்ன பெரிசா ஊருக்கெல்லாம் தம்பட்டம் அடிக்கிறது? உனக்குக் கல்யாணம் ஆயிட்டுதா?"

"இல்லை சார்."

"அப்போ வறியா எங்கூட? ஜில்ஜில்லுன்னு ஒரு பொண்ணைக் கொண்டாறச் சொல்றேன். உனக்கு என்ன பொண்ணு வேணும்? தமிழச்சியா, தெலுங்கச்சியா, மலையாளத்துக்காரியா? எங்கே போறே? நில்லு, நில்லு."

ரகுநாதன் அந்த இடத்தைவிட்டு வேகமாக நகர்ந்தான். ராஜப்பா சிறிது நேரம் அவனுக்காகக் கூப்பிட்டுக் கொண்டிருந்தார், அவர் சொன்னது கடைசியாக அவன் காதில் விழுந்தது. "ரகுநாதன், உன்னை மறக்கமாட்டேன். கட்டாயம் என்னிடம் வா. உனக்கு எல்லா ஒத்தாசையும் செய்றேன்."

ரகுநாதன் அவசரம் அவசரமாகத்தான் முதலில் வந்து அமர்ந்திருந்த இடத்திற்கு வந்து சேர்ந்தான். அப்போது தான் அவன் அந்தப் புல்வெளியில் உதவித் தூதுவர் கூட்டத்திலிருந்து எவ்வளவு தூரம் அகன்று சென்றிருக்கிறான் என்று தெரிந்தது. அவனும் மற்றவர்களும் உட்கார்ந்திருந்த மேசை நாற்காலிகள் எல்லாம் இருந்தன. ஆனால், ஒருவரையும் காணோம்.

ரகுநாதன் ராஜப்பாவை மனதார வைதான். அந்த ஆள் அவனைப் பிடித்து வைத்திராவிட்டால் இப்போது அவன் அந்தச் சங்கடமான இடத்தில், பணியாளர்கள்கூட அவனை அலட்சியமாகக் கருதும் இடத்தில், நிராதரவாக நின்றிருக்க மாட்டான். வயதான குடிகாரன் தனியாகக் குடித்தால் என்ன? கண்ணில் எவனாவது தென்பட்டால் அவனை இழுத்துப் பிடித்துக் கட்டிவைக்க வேண்டுமா என்ன?

ரகுநாதன் என்ன செய்வதென்று தெரியாமல் நின்றான். தூரத்தில் சென்னைக் கலங்கரை விளக்கத்தின் விளக்கு மாறி மாறி ஒளி வீசியது அவனைப் பார்த்துக் கேலியாகக் கண் சிமிட்டுவது போலிருந்தது. அதைவிட வெகு தூரத்திலிருந்த நட்சத்திரங்கள் மட்டும் அவ்வளவு கொடூரமாக அவனைப் பார்த்துப் பரிகசிக்கவில்லை. அந்தக் கிளப்பில் ஒரு எல்லை ஓரமாக ஓடிய ஆறு சலனமே இல்லாத தண்ணீர்ப் பரப்புக் கொண்டதாயிருந்தது. அதற்கு ரகுநாதன் பற்றி எவ்வித இலட்சியமுமில்லை.

ரகுநாதன் வேறு வழி தோன்றாமல் கிளப்பின் பிரதான கட்டிடத்தை நோக்கி நடந்தான். பல பயங்களில் ஒன்று, எங்கே அந்த ராஜப்பாவும் தட்டுத் தடுமாறிக் கொண்டு அங்கே வந்துகொண்டிருப்பாரோவென்று. ஆனால், அப்படி நேரவில்லை. ரகுநாதன் அந்தக் கிளப்பின் ஒவ்வொரு அறையாகச் சென்று பார்த்தான். ஒவ்வொன்றிலும் காலடி எடுத்து வைப்பதற்கே அச்சமாக இருந்தது. அங்கே உட்கார்ந்துகொண்டும் பேசிக் கொண்டும் புகை பிடித்துக்கொண்டும் குடித்துக்கொண்டும் விளையாடிக்கொண்டும் இருந்த மனிதர்கள் அவனுக்கு அவன் போன்றவர்களை அப்படியே குதறிக்கொன்று போட்டுவிடும் பயங்கர இனமாகத் தோன்றினார்கள். ஒவ்வொருவர் போட்டிருக்கும் உடுப்பும் பல நூறு ரூபாய்கள் விலை மதிப்பிருக்கும். அவர்கள் விளையாடி வென்று தோற்றுக்கொண்டிருக்கும் பணம் பல ஆயிர ரூபாய்களாக இருக்கும். அவர்கள் குடித்துக் கண் சிவக்க அடித்துக் கொள்ளும் சாராயத்தின் செலவில் – ஒருநாள் செலவில், பல குடும்பங்கள் மாதமெல்லாம் திண்டாட்டமில்லாமல் காலம் தள்ளலாம். அவர்கள் யாரும் அவனைப் பார்த்துப் பேசிப் பதில் தருவார்கள் என்றுகூட நம்பிக்கை தரும்படியாக இல்லை. இவர்களிடம், "நான் ஒரு குழுவோடு இங்கு விருந்து சாப்பிட வந்தேன். இப்போது அந்தக் குழுவைக் காணோம். அவர்கள் எங்கிருக்கிறார்கள் என்று தெரிவிக்க முடியுமா?" என்று எப்படிக் கேட்பது?

முன்பு பார்த்ததை விட இப்போது அந்தக் கிளப் இன்னும் பெரிதாக இருப்பது போலத் தோற்றம் தந்தது. ஒவ்வொரு அறையிலும் மேசை, நாற்காலி, கண்ணாடி, அலமாரி வகைகள் புராதனப் பாணியில் ஆனால், மிக விலையுயர்ந்த பண்டங்கள் கொண்டு வெகு நேர்த்தியாகச் செய்யப்பட்டிருந்தன. அவை யாவும் பளபளவென்று மின்னிக்கொண்டிருக்கும்படியாகச் சுத்தமாக வைக்கப்பட்டிருந்தன. ஒவ்வொரு நாளும் அவைகளைத் துடைப்பதற்கே வெகுநேரம் செலவாகும். எவ்வளவு ஆட்கள் இப்படித் துடைக்கும் பணியில் ஈடுபட்டிருப்பார்கள்? அவர்களும்

சீருடை அணிந்திருப்பார்களா? என்ன சம்பளம் இருக்கும் அவர்களுக்கு?

ரகுநாதன் அந்தக் கட்டிடத்தின் எல்லா அறைகளையும் பார்வையிட்டு விட்டான். (அப்படித்தான் நினைத்துக்கொண்டான்.) ஒரே ஒரு அறையில் மட்டும் அவனை ஒரு சீருடைக்காரன் "நீ யார்? மெம்பரா?" என்று கேட்டான். அவனைத் திரும்பி ரகுநாதன் விசாரித்தபோது அவன் பதிலேதும் தராமல் சென்றுவிட்டான். அந்த உதவித் தூதுவர் அங்கு யாருக்கும் பிடிக்காதவராக இருக்கவேண்டும். அல்லது அவரை அவ்வளவு முக்கியமல்லாதவர் என்று அந்தப் பணியாட்கள் முடிவு செய்திருக்க வேண்டும். இப்போது நினைத்துப் பார்த்ததில் அந்தத் தூதுவரே தன்னுடைய நடத்தையால் அது மாதிரிச் சூழ்நிலையை ஏற்படுத்திக் கொண்டிருக்க வேண்டும் என்று ரகுநாதனுக்குத் தோன்றிற்று. அவரும் அந்தக் கிளப்பின் சூழ்நிலைக்குப் பொருந்தினவராக நடந்து கொள்ளவில்லை. அவரும் மற்றவர்கள் போல படாடோபமாக அதட்டல் உருட்டலோடு பழகுபவராயிருந்தால் அந்தச் சீருடைக்காரப் பணியாட்கள் இன்னும் மரியாதையுடன் அவர் விஷயத்தில் நடந்து கொள்வர்.

இதே கிளப்பில் இருபது ஆண்டுகளுக்கு முன்னால் எந்த மாதிரி வெள்ளையருக்கும் இப்படி அலட்சியம் காட்டப்பட்டிருக்குமா? அந்த வெள்ளையன் கோபித்துக் கொள்கிறானோ இல்லையோ மற்றக் கறுப்பர்கள் அப்படி உரிய மரியாதையோடு நடந்து கொள்ளாத கறுப்பர்களைக் கட்டி வைத்து உதைக்கமாட்டார்களா? இப்போது இந்தக் கிளப்பில் சீட்டாடிக் குடித்துக்கொண்டு இருக்கும் நபர்கள் எல்லாரும் இந்தியர்கள். அதாவது கறுப்பர்கள். பார்க்கப்போனால் இந்தக் கிளப்பில் இன்று இருக்கும் ஒரே ஒரு வெள்ளையர் அங்கத்தினர் அந்த உதவித் துதுவராகத்தான் இருக்க வேண்டும். எங்கே போய்விட்டார் அவர்?

ரகுநாதன் கட்டிடமெல்லாம் தேடிய பிறகு அதன் முன்புறம் அடைந்தான். கண்காட்சி நடந்தபோது உதவித் தூதுவர் தினமும் ஒரு வெள்ளை மோட்டார் காரில் வருவார். அது அங்கு எங்கேயாவது நிறுத்தி வைக்கப்பட்டிருக்கிறதா என்று பார்த்தான். ஏதோ ஒரு காரிலிருந்து ஒரு சிறு நாய் அவனைப் பார்த்துச் சீறிற்று. ஒன்றிரண்டில் டிரைவர்கள் உட்கார்ந்துகொண்டு சிகரெட் குடித்துக்கொண்டிருந்தார்கள். ஒருவன் ரகுநாதனை மிகுந்த சந்தேகக் கண்ணோடு பார்த்தான். ரகுநாதனுடைய டை, கோட் எல்லாம் அவனுடைய மதிப்பை உயர்த்த முடியவில்லை. அவன்

முன் கிளப்பிலிருந்து வெளியே செல்லும் பாதை அமைதியாக நீண்டு சென்று வளைந்தது.

ரகுநாதன் மெதுவாக அப்பாதையில் நடக்க ஆரம்பித்தான். இரு மருங்கிலும் செடிகள் வளர்த்துப் பகலில் குளுமையாகவும் இரவில் இருட்டாகவும் இருக்கும்படி அமைத்திருந்தார்கள். அந்தக் கிளப்பில் கட்டிடங்கள் உள்ளேதான் தடபுடலாக விளக்குகள் இருந்ததேயொழிய மற்றபடி வெளிப்புறத்தைப்பற்றி அவர்கள் அக்கறையே கொள்ளவில்லை. ரகுநாதனுக்கு அந்த இருட்டில், அவ்வளவு நெருக்கமாக முளைத்திருக்கும் செடிப் புதர்களிலிருந்து எங்கே பாம்பு ஏதாவது அவன் மீது பாயப்போகிறதோ என்ற பயம் எழுந்தது. வாசல் கேட் காவல்காரன் இவன் வெளியே போவதைத் தடுக்கவில்லை. ரகுநாதனுக்கு வெளிக்காற்றுகூட வேறு மாதிரி சுவாசமாயிருந்தது.

4

அன்று காலை முகச் சவரம் செய்து கொள்ள உட்கார்ந்தபோது என்ன காரணமோ ரகுநாதனுக்கு அதை இன்னொரு நாள் ஒத்திப் போடலாம் என்று தோன்றியது. ஆரம்பத்திலிருந்து அவன் முகத்தில் தாடி, மீசை ஒரு சீராக முளைக்கவில்லை. கன்னத்தில் பெரும்பகுதி வழித்துவிட்ட மாதிரி இருக்கும். முகவாய்க் கட்டையில் மட்டும் ஆடு போலத் தாடி தொங்கப் பார்க்கும். அன்று அது அவ்வளவு மோசமாக இல்லை.

அவன் ரேஸர், கண்ணாடி முதலியவற்றை எடுத்து வைக்க எழுந்திருந்தபோது வாசலில் பாலகிருஷ்ணன் நுழைவது தெரிந்தது. அவரைப் பார்த்ததும் ரகுநாதன் சடாரென்று உட்கார்ந்து கொண்டு வெகு முனைப்பாக முகத்தில் சோப்பைத் தடவினான்.

பாலகிருஷ்ணன், "என்ன ரகு சௌக்கியமா?" என்று கேட்டார்.

ரகுநாதன் தலையை உயர்த்திக் கழுத்துக்குச் சோப் தடவிக் கொண்டான்.

"நம்ம வீட்டுப் பக்கம் வரதேயில்லைன்னு தீர்மானம் பண்ணிட்டயா?"

ரகுநாதன் உதடுகள் மேல் இரட்டிப்பு அளவு சோப்பு நுரையைப் பூசிக்கொண்டான்.

"அம்மா வீட்டிலே இருக்காளா, வெளியிலே எங்காவது போயிருக்கிறாளா?"

ரகுநாதன் கையில் ரேஸரை வைத்துக் கொண்டு பாலகிருஷ்ணனைப் பார்த்து ஏதோ சைகை செய்வது

போலத் தலையை ஆட்டினான். 'சரி, நானே பார்த்துக்கிறேன்,' என்று சொல்லிப் பாலகிருஷ்ணன் அவனைத் தாண்டி அவன் வீட்டின் அடுத்த அறையில் எட்டிப் பார்த்தார். ரகுநாதன் நிதானமாக அவனுடைய முகத்தை வழித்துக் கொண்டிருந்தான். பாலகிருஷ்ணன் திரும்பி வந்து அவனிடமே காத்து நின்றார். ரகுநாதன் இன்னும் ஆழ்ந்த கவனத்தோடும் நிதானத்தோடும் அவன் முகத்தை வழவழபாக்குவதில் முனைந்தான். ஆனால், எவ்வளவு நேரம்தான் அந்த ஒரு காரியத்தையே செய்து கொண்டிருக்க முடியும்? பாலகிருஷ்ணனைப் பார்த்து, "மூஞ்சியிலே சோப்போட வாயே திறக்க முடியலை!" என்றான்.

பாலகிருஷ்ணன் வந்தபோது இருந்த உற்சாகம் குன்றியவராகக் காணப்பட்டார். ஆனால், முதலில் இல்லாத ஒரு குரூரம் அவர் கண்களில் வந்து புகுந்துகொண்டது போல் தெரிந்தது. "சரி, இதென்னது நான் கேள்விப்படறது?" என்று கேட்டார்.

ரகுநாதனுக்குத் தான் காலையிலேயே எங்காவது வெளியிலே போயிருக்கக் கூடாதா என்று தோன்றிற்று. ஒரு வாரத்திற்கு ஒருமுறை இருமுறை பாலகிருஷ்ணன் அவன் வீடு தேடி வருவார். அவர் வந்து போனதைக் கசப்புடன் நினைவுகூருவதைத் தவிர்க்க முடியாமல் போய்விடும். இன்னும் விதிவிலக்கு கிடையாது என்பது போலிருந்தது அவருடைய துவக்கம்.

ரகுநாதன் கண் இமைகளைத் தூக்கிக் கண்ணாடியில் பரிசோதித்துக் கொண்டான். அப்புறம் மூக்கு வாயை அகலத் திறந்து உள் நாக்கைப் பார்த்துக்கொண்டான்.

"அம்மா எங்கே போயிருக்கா?" என்று பாலகிருஷ்ணன் கேட்டார்.

"உள்ளே இல்லை!" என்று ரகுநாதன் திருப்பிக் கேட்டான்.

"நான் கேள்விப்பட்டது நிஜம்தானா?"

"நீங்க என்னென்ன கேள்விப்படறீங்கன்னு எனக்கு எப்படித் தெரியும்?"

"உங்கிட்ட வந்து எதைக் கேட்பேன்? உன்னைப் பத்தித்தானே?"

"என்னைப் பத்தி நீங்க என்ன கேள்விப் பட்டீங்கன்னு எனக்கு எப்படித் தெரியும்?"

பாலகிருஷ்ணன் முகத்தில் பழி தீர்க்கும் வேகம் இன்னும் அதிகரித்தது.

"சரிதான்டா," என்றார்.

"சரி."

"என்ன சரி?"

"நீங்கதானே சரின்னீங்க!"

"இதோ பார் ரகு, உன் நல்லதுக்குத்தான் சொல்லறேன்."

"இதுவரைக்கும் என்ன சொல்லியிருக்கீங்க."

"அம்மா எங்கேன்னு இரண்டு தரம் கேட்டேன். நான் கேள்விப்பட்டது சரியான்னு இரண்டு தரம் கேட்டேன்.

"இது எனக்கு ரொம்ப நல்லது இல்லைன்னாலும் கெட்டது இல்லை."

"ஐயராமன் இரண்டு நாள் முன்னாலே குடிச்சுட்டு வந்து வீட்டிலே விழுந்து கிடந்தானே தெரியுமா?"

ஐயராமன்தான் ரகுவை அந்த ஓவியக் கண்காட்சிக்கு வழிகாட்டியாக ஏற்பாடு செய்தவன்.

"தெரியாது," என்று ரகுநாதன் சுருக்கமாகப் பதில் தந்தான்.

"தெரியாதா? நீயும்தான் அவன்கூடக் குடிக்கப் போனியாமே?"

ரகுநாதன் தன்னுடைய பதட்டத்தை அடக்க முடியாமல் திணறினான். அவனுக்கு அவனுடைய நண்பன் நிலை தெரியாமல் வீட்டில் நடந்து கொண்டிருப்பான் என்று தெரியாது. அப்படி ஏதாவது இருந்தாலும் அதைத் தெரிந்து கொண்டு இந்த மனிதன் நம்மையும் சித்திரவதை செய்கிறாரே! இந்த வேளையில் அம்மா இல்லாதது எவ்வளவு நல்லதாகப் போயிற்று! இருந்தால் அவளிடமும் இந்த மனிதன் தன்னைப் பற்றிக் கோள் மூட்டி விடுவதற்குத் தயங்க மாட்டாரே.

"என்ன நிஜம்தானா?" என்று அவர் கேட்டார்.

"இதெல்லாம் உங்களுக்கு யார் சொன்னது?"

"யார் சொன்னா என்ன? நிஜமா இல்லையா?"

"இதெல்லாம் நிஜமா இல்லையான்னு நான் உங்ககிட்டே சொல்லிக் கொண்டிருக்க வேண்டியதில்லை."

பாலகிருஷ்ணன் திடுக்கிட்டார். "ஏன்டா பொடிப்பயலே! எங்கிட்டயா இப்படிப் பேசறே?"

"பின்னே எப்படிப் பேசறது? இதெல்லாம் அவுங்க அவுங்க சொந்த விஷயம்."

"சொந்த விஷயமா? ஒரே தெருவிலே இருக்கே, நீ குடிச்சுச் சீரழியறதைத் தடுக்கறது என் விஷயம் இல்லையா?"

"இதோ பாருங்கோ. உங்க பிள்ளை குடிச்சுச் சீரழியாமல் பார்த்துக்குங்கோ! யாரோ அயல் வீட்டான் பிள்ளைகளுக்காக நீங்க பாடுபட வேண்டாம்."

"ஓகோ, இவ்வளவுக்கு ஆயிடுத்தா?"

"ஒண்ணும் ஆயிடலே, உங்க சொந்த விஷயமில்லாததுலே தலையிடாதீங்க."

பாலகிருஷ்ணன் உதடு படபடக்க எழுந்து நின்றார். "உங்கம்மா கிட்டே சொல்றேன். அப்போ யார் விஷயம்னு தெரியும்."

"சொல்லுங்க அவபாட்டுக்கு நிம்மதியா இருக்கிறவளைக் கிளப்பிவிடுங்க. அவளும் நானும் திண்டாடறதைப் பார்த்துச் சந்தோஷமா வேடிக்கை பாருங்கோ."

பாலகிருஷ்ணன் கோபமாக வெளியேறினார். கடைசி வார்த்தை அவருடையதுதான்: 'நல்லதுக்குக் காலமில்லை.'

ரகுநாதனுக்கு உள்ளூர வேதனையாகவும் பயமாகவும் இருந்தது. அன்று என்ன அப்படி நடக்கக் கூடாதது நடந்து விட்டது! எல்லாருக்கும் அந்த உதவித் தூதுவர் பீர் வாங்கித் தரத் தயாராயிருந்தது உண்மைதான். அந்த வெள்ளைச் சீருடையணிந்த கிளப் பணியாள் ஜோசப் மேசை நிறையப் புட்டிகளும் தம்ளர்களும் பரப்பியது உண்மைதான். ஆனால், யார் என்ன குடித்தார்கள் என்று ரகுநாதனுக்குத் தெரியாது. அவன் வரையில் கசப்புக் காபியைக் குடித்துவிட்டு அன்றிரவெல்லாம் தூக்கம் கெட்டதுதான் மிச்சம். இருட்டில் சரியாக முகம் கூடத் தெரியாத இன்னொருவனிடம் மாட்டிக் கொண்டான்; அங்கும் நழுவிக் கொண்டு வந்தாயிற்று. தன் நண்பர்களை மீண்டும் காண முடியாமல் தேடித் தவித்து வீட்டில் வெறும் வயிற்றுடன் படுத்துக்கொண்டான். இந்த மனிதர் அதைப் பெரிய குடிகாரக் கும்மாளமாகச் சித்திரிக்கிறார்!

ரகுநாதன் எழுந்து உள்ளே சென்று முகம் கழுவிக்கொண்டான். இவ்வளவு பெரிய சென்னை நகரில் அவனைப் போன்ற ஒரு மனிதத் துரும்பு யாருமறியாமல் அவமானப்படுவதற்குக்கூட வழியில்லை. விரதமும் கெட்டு வெங்காயச் சாம்பாரும் சாப்பிடாத கதை. அவனுக்குச் சகுனத்தில் பெரிய நம்பிக்கை கிடையாது. காரணம், சகுனம் பற்றி அதிகம் தெரியாது. ஆனால், காலை சரியாகப் பொழுது விடியவில்லை.

ஆனால், முழுக்க அப்படிச் சொல்ல முடியவில்லை. அன்று ஒழுங்காக வேலைக்குப் போகப் பஸ் கிடைத்துவிட்டது. உட்கார்ந்து செல்வதற்கே இடம் கிடைத்துவிட்டது. அண்ணா சாலையில் ஜெமினி ஸ்டுடியோ அருகே மேம்பாலம் கட்டிக்கொண் டிருந்தார்கள்.

அதற்காகப் பாதிச் சாலையோரம் பள்ளம் தோண்டிப் போட்டிருந்தார்கள். ஆனால், அன்று அந்த இடத்தில் அவனுடைய பஸ் அதிகக் காலதாமதமில்லாமல் சென்று விடமுடிந்தது. அண்ணா சாலை பெரிய தபாலாபீஸ் அருகே அவன் பஸ்ஸை விட்டுக் கீழே இறங்கியவுடன் சாலை குறுக்கே சென்று மறுபுறம் போக உடனே போலீஸ்காரன் வழிசெய்து கொடுத்தான். காரியாலயம் தொடங்குவதற்கு ஐந்து நிமிஷங்கள் முன்பே ரகுநாதன் அவனுடைய மேசையை அடைய முடிந்தது. அன்றுயாரும் அவனிடம் தொல்லை பிடித்த வேலை எதுவும் சுமத்தவில்லை. யாரும் அவனிடம் ஒரு ரூபாய், இரண்டு ரூபாய் கைமாற்றுக் கேட்கவில்லை. பிற்பகல் சிற்றுண்டி சாப்பிடச் சென்ற போது, 'என்பில்லையும் நீ சேர்த்துக் கொடுத்துவிடு' என்று சொல்லவில்லை.

பிற்பகல் காரியாலய வேலை துவங்கியதும் நிறுவனத்தின் உதவி டைரக்டர் வந்தார். அவர் பொதுவாகப் பிற்பகல் பகுதிகளில் அக்காரியாலயத்திற்கு வருவதில்லை. அவர் அந்நிறுவனத்தைச் சார்ந்த இன்னும் இரண்டு நிறுவனங்களின் நிர்வாகப் பொறுப்பில் இருந்ததே அதற்குக் காரணம். அவரைத் தொடர்ந்து அவர் அறைக்கு மானேஜரும் அக்கவுண்டன்டும் சென்றார்கள். அரைமணி நேரம் கழித்து மானேஜர் வெளியே வந்தார். அவருடைய அறைக்குச் சென்றதும் ஆபீஸ் உதவியாளர் ஒருவர் ரகுநாதனிடம் வந்து, "உங்களை மானேஜர் கூப்பிடுகிறார்!" என்றார்.

இது சகஜந்தான். உதவி டைரக்டர் காரியாலயம் வரும் நேரத்திலெல்லாம் உதவி டைரக்டருக்காக டைப் அடிக்க வேண்டிய கடிதங்கள் மானேசர் வழியாகத்தான் ரகுநாதனிடம் வரும். சிலகடிதங்களை மானேஜர் அறையிலேயே கூட டைப் அடிக்க நேர்ந்திருக்கிறது. ரகுநாதன் தன்னுடைய சுருக்கெழுத்து நோட்டுப் புத்தகம், டைப்ரைட்டிங் ரப்பர் சகிதம் மானேசர் அறைக்குச் சென்றான். வழக்கம் போல அவர் மேசை முன்னாடி யிருந்த நாற்காலியில் உட்கார்ந்தான். சுருக்கெழுத்து எழுதுவதற்கு அந்த இடம் நல்ல வெளிச்சம் பொருந்தியதோடு மானேஜர் முகத்திற்கு நேர் எதிராக இல்லாததால் ரகுநாதன் போன்றோருக்கு ஒரு பாதுகாப்பு அளித்தது. மானேசர் உரக்கப் பேசும்போது அவரறியாமல் எச்சில் வெளியே தெறிக்கும்.

"உன்னை உக்காரச் சொன்னேனா?" என்று மானேசர் கேட்டார்.

ரகுநாதன் உடனே எழுந்து நின்றுகொண்டான். மானேசர் அவர் பாட்டுக்குச் சில காகிதங்களைப் புரட்டிப் பார்த்த வண்ணம் இருந்தார்.

ரகுநாதன் நின்ற இடத்திலேயே இரண்டு மூன்று முறை அசைந்து கொடுத்தான். மின் விசிறி இலேசாகத் தான் சுற்றிக்கொண்டிருந்தது. அவனுக்கு அதனடியில் போய் நிற்க வேண்டும்போலிருந்தது.

ஐந்து நிமிடங்கள் நின்றபிறகும் மானேஜர் அவனிடம் ஒன்றும் சொல்லவில்லை. அப்படி நிகழ்ந்ததும் உண்டு. மானேசர் அந்த உதவியாளை ரகுநாதனை ஐந்து நிமிடங்கள் கழித்து அழைத்து வா என்று உத்தரவிட்டிருப்பார். அவன் உடனே ரகுநாதனிடம் வந்திருப்பான்.

ரகுநாதன் தன்னிடத்திற்குப் போகலாமென்று திரும்பினான். அவன் இரண்டடி வைப்பதற்குள், "உன்னை நான் போகச் சொன்னேனா?" என்று மானேஜர் கேட்டார்.

ரகுநாதன் மீண்டும் அவர் மேசையருகே நின்று கொண்டான்.

மானேஜர் இன்னும் ஐந்து நிமிடங்களில் வேறு சில காகிதங்களைப் புரட்டிப் பார்த்தார்... இடையில் ஒரு டெலிபோன் வந்தது. பேசினார். இன்னொரு அதிகாரி அவரிடம் ஒரு காகிதம் கொண்டுவந்து கொடுத்தார். அதைப் படித்து அக்கடிதத்தின் மீதே இரு சொற்கள் எழுதி ஒரு பொத்தானை அமுக்கி உதவியாளை வரவழைத்து அக்கடிதத்தை வேறொருவரிடம் அனுப்பித்தார். ஒரு தடிப் புத்தகத்தைப் புரட்டி அதில் ஒரு பகுதியைப் படித்தார். தன் மேசை மீது கிடந்த பல காகிதங்களிலிருந்து ஒன்றை எடுத்து மீண்டும் படித்தார். ரகுநாதனைப் பார்த்தார். ஒன்றும் சொல்லாமல் அப்படியே பார்த்தவண்ணம் இருந்தார்.

"என்ன சார்?" என்று ரகுநாதன் கேட்டான்.

"நீ இவ்வளவு இடியட்டாக இருப்பாயென்று நான் நினைக்கவில்லை" என்றார்.

"என்ன சார்?"

"இரு, இரு. டிபுடி டைரக்டரே விசாரிக்கணும்னு இருக்கார். கொஞ்சம் பொறு."

"டிபுடி டைரக்டரா?"

"ஆமாம்."

"சார்."

"இரு. கொஞ்சம் பொறு. கூப்பிடுவார்."

ரகுநாதனுக்கு முதல் தடவையாக ஏதோ சங்கடம் செய்தது. அவன் இதுவரையில் டிபுடி டைரக்டரை நேரடியாகச் சந்தித்தது கிடையாது. ஒரே ஒரு முறை, அவன் காரியாலயத்தில் ஆயுத பூஜை நடந்தபோது, அவனும் அவரும் நேருக்கு நேர் மோதிக் கொள்ளும்படி கை கழுவும் இடத்தில் நிகழ்ந்தது. அப்போது அவர், "சாரி!" என்றார். அவன் "சாரி சார்," என்றான். அவர் ஒரு புன்னகை வீசிவிட்டுப் போய்விட்டார். அதற்கப்புறம் இப்போதுதான் அவருடைய அறைக்கே போகப் போகிறான்!

"ஆயுத பூஜையில் பொரி வெல்லம் தின்றால் கை கழுவ உனக்கென்ன அவ்வளவு அவசரம்?" என்று கேட்கப் போகிறாரா?

கடைசியாக அழைப்பு வந்தது. டிபுடி டெலிபோனில் மானேஜரைக் கூப்பிட, மானேஜர் "எஸ் சார்" என்று சொல்லி எழுந்து ரகுநாதனைப் பார்த்து, "வா, என்கூட," என்றார்.

ரகுநாதன் மானேஜரைப் பின் தொடர்ந்தான்.

டிபுடி டைரக்டர் அறை ஏர்கண்டிஷன் செய்யப்பட்டது. அறைக்குள்ளே சென்ற உடனேயே ரகுநாதனை அங்குள்ள காற்று அப்படியே எங்கேயோ உறிஞ்சி இழுத்துச் செல்வது போலிருந்தது. டிபுடி டைரக்டரின் தலை மயிர் அழுந்த வாரிவிடப்பட்டுப் பளபளவென்று இருந்தது. அவருடைய முகமும் எண்ணெய் தடவிவிட்ட மாதிரிப் பளபளப்பாக இருந்தது.

"இதுதான் எஸ். ரகுநாதன், சார்" என்று மானேஜர் அடையாளம் காட்டினார்.

டிபுடி ஒருமுறை ரகுநாதனை ஏற இறங்கப் பார்த்தார். "உன்னைப்பற்றி என்ன இப்படிக் கேள்விப்படுகிறேன்?" என்றார்.

ரகுநாதனுக்குக் குபீரென்றது. காலையில் பாலகிருஷ்ணனும் அப்படித்தான் ஆரம்பித்து அவனை ஒரு குடிகாரனாகப் பறை சாற்றிவிட்டுப் போனார். வீட்டில்தான் இம்மாதிரி என்றால் வேலை செய்யும் இடத்திலுமா?

ரகுநாதன் மௌனமாக இருப்பதைப் பார்த்துவிட்டு "என்ன சொல்கிறாய் இதற்கு?" என்று டிபுடி கேட்டார்.

"எதற்கு சார்? எனக்கு ஒன்றும் தெரியவில்லையே?"

"தெரியவில்லையா?" மானேஜர் பக்கம் டிபுடி திரும்பினார், "என்ன, சொல்லவில்லை?" என்று கேட்டார்.

“நீங்கள் சொல்லச் சொல்லவில்லையே?”

டிபுடி டைரக்டர் இலேசாகப் பல்லை இறுக்கிக் கொண்டார். முகத்தைச் சுருக்கிக்கொண்டார். ரகுநாதனுக்கு இது தனக்கு நன்மை சிறிது விளைவிக்கும் என்று நம்பிக்கை தோன்றிற்று.

“நீ ஒரு மிகப் பெரிய தவறு செய்திருக்கிறாய்” என்று டிபுடி டைரக்டர் ரகுநாதனிடம் சொன்னார்.

“என்னது சார்? நான் தெரிந்து ஒண்ணும் செய்யவில்லை, சார்.”

டிபுடி டைரக்டர் மானேஜரைப் பார்த்து “அந்த ரிப்போர்ட் எங்கே?” என்றார்.

“இதோ!” என்று மானேஜர் ஒரு ஃபைலை டிபுடி டைரக்டர் மேசை மீது விரித்து வைத்தார்.

அதை ஒரு நிமிடம் கண்ணோட்டம் செய்துவிட்டு டிபுடி டைரக்டர் ரகுநாதனைக் கேட்டார்.

“நீ இந்த மாதம் பன்னிரண்டு முதல் பதினைந்து தேதி வரை லீவு எடுத்துக் கொண்டிருந்தாய், சரியா?”

“ஆமாம், சார்.”

“என்ன காரணத்திற்காக லீவு எடுத்துக் கொண்டாய்?”

“என் சொந்த விஷயம், குடும்ப விஷயமாக, சார்.”

“என்ன குடும்ப விஷயம்?”

ரகுநாதன் ஒரு கணம் தயங்கினான். “அம்மாவுக்கு உடல் நிலை சரியில்லை, சார்.”

“உன் அம்மாவுக்கு உடல் நிலை சரியிருக்காது என்று ஒரு வாரம் முன்பே உனக்குத் தெரிவித்தாளா?”

“அப்படி இல்லை சார்!”

“பின் எப்படி?”

ரகுநாதன் பதில் பேசாமல் நின்றான்.

டிபுடி டைரக்டர் தொடர்ந்து பேசினார்.

“நீ பொய்க் காரணத்திற்காக உன் காரியாலயம் தரும் சலுகையைப் பயன்படுத்திக் கொண்டிருக்கிறாய். அதைக்கூட மன்னித்துவிடலாம். ஆனால், அந்த நான்கு நாட்களை நீ பயன்படுத்தி இருக்கிற விதம் மன்னிப்புப் பெறக் கூடாததாக இருக்கிறது.”

அந்த நான்கு நாட்கள்! அந்த நான்கு நாட்கள் காலையில் உணவருந்திவிட்டு நன்கு தூங்க முடிந்தது. பிற்பகல் மூன்று மணிக்கு மேல் கிளம்பி அந்தக் கண்காட்சிக்குச் சென்று அங்கே ஒன்பது, ஒன்பதரை வரை பொழுதை ஆனந்தமாக, சுதந்திரமாகக் கழிக்க முடிந்தது. இப்போது அதே நான்கு நாட்கள் வேறுருவம் கொள்கின்றன...

ஒரு வெளிநாட்டுத் தூதரகத்தின் பெயரைச் சொல்லி, "நீ அவர்கள் நடத்திய ஓவியக் கண்காட்சி ஒன்றிற்கு உதவியாளனாகப் பணி புரிந்தது உண்மைதானா?" என்று டிபுடி டைரக்டர் கேட்டார்.

"ஆமாம், சார். ஆனால், அது நீங்கள் தவறாக நினைப்பது போலில்லை."

"நான் என்ன தவறாக நினைக்கிறேன்? நீ அங்கு வேலை செய்தது உண்மைதானே?"

"ஆமாம் சார்."

"அதற்காக இங்கு பொய்க் காரணம் சொல்லி லீவு போட்டது உண்மைதானே?"

"ஆமாம் சார்."

"அவர்களிடம் நீ ஊதியம் பெற்றுக் கொண்டாயல்லவா?"

"இல்லை சார்."

"நிஜத்தைச் சொல். நீ அவர்களிடம் பணம் ஒன்றும் பெற்றுக் கொள்ளவில்லை?"

"அதை ஊதியம் என்று பேசிக் கொள்ளவில்லை சார். அது செலவுக்காகத் தரப்பட்ட கௌரவப் பணம்."

"ஒரு நாளைக்கு ஐம்பது ரூபாய் கௌரவப் பணமா?"

ரகுநாதன் பேசாமல் இருந்தான்.

டிபுடி டைரக்டர் மேலும் பேசினார். "என்ன. இதெல்லாம் நிஜம்தானே?"

"எஸ் சார். ஆனால்–"

"உன்னை உடனே வேலையிலிருந்து சஸ்பெண்டு செய்திருக்கிறேன்."

5

காலைச் சாப்பாட்டை வழக்கம் போல அவசரம் அவசரமாக முடித்துக் கொள்ளாமல் மிக நிதானமாகச் சாப்பிடுவதைப் பார்த்து ரகுநாதனின் அம்மா கேட்டார். "ஏன்டா, இன்னிக்கு ஆபீஸ் கிடையாதா?"

"உண்டே! ஏன்?"

"இல்லை, கேட்டேன்."

"ஒரு நாள் ஒழுங்காகச் சாப்பிடக்கூடாதா?"

அம்மாவுக்கு எங்கே பிள்ளை சாப்பிடாமல் அப்படியே எழுந்துவிடுவானோ என்று பயம். "இல்லேடா, இல்லேடா! வெறுமனே கேட்டேன்."

"வெறுமனே என்ன கேட்கிறது?"

"சரி, சரி. சாப்பிடு." அம்மா அதற்குமேல் பேசாமல் உள்ளே போய்விட்டாள். உண்மையில் ரகுநாதனுக்குத் தான் பயமாக இருந்தது. இந்த அம்மாக்களுக்குப் பிள்ளைகள் விஷயத்தில் ஒருவித ஞான திருஷ்டி. வேலை செய்கிறது. எங்கோ ஏதோ நடப்பதெல்லாம் சமையற்கட்டில் உழன்று கிடப்பவர்களுக்குத் தெரிந்துவிடுகிறது.

ரகுநாதன் அதற்கு மேல் நிதானமாகச் சாப்பிட வில்லை. சுருக்கமாக உணவை முடித்துக்கொண்டு மிகுந்த அவசரத்தோடு மாற்றுடை அணிந்து கொண்டான். "நான் போய்விட்டு வருகிறேன்," என்று அம்மாவிடம் சொல்லிவிட்டுக் கிளம்பினான்.

அவன் தெருவில் இறங்கினவுடன் முதலில் கண்ணில் பட்டவர் பாலகிருஷ்ணன் தான். பாலகிருஷ்ணன் மிகவும் விரைப்பாக அவனைப் பாராதது போல மேற்கொண்டு விரைந்தார். இப்படிப்பட்டதொரு விரோதியைச் சம்பாதித்துக் கொண்ட பிறகு நிம்மதியை எதிர்பார்ப்பது பகற்கனவு என்று ரகுநாதன் நினைத்துக் கொண்டான்.

அதை உறுதி செய்வதுபோல இருவரும் ஒரே பேருந்தில்தான் ஏறிக்கொள்ள நேர்ந்தது. இருவருக்கும் உட்கார இடம் கிடைக்க வில்லை. ரகுநாதன் பாலகிருஷ்ணனுக்கும் தனக்கும் சிறிதாவது இடைவெளி இருக்க வேண்டும் என்று மிகவும் முயன்று பார்த்தான். ஆனால், அப்பேருந்தில் அவ்வேளையில் ஏறிய கூட்டம் அவர்கள் இருவரையும் சேர்த்து நசுக்கியது. ரகுநாதன், “சார் சார்,” என்றான். பாலகிருஷ்ணன் மூக்கைத் தூக்கிப் பார்த்து “ஹூம்” என்றார்.

ஜெமினி மேம்பாலக் கட்டிட வேலை ஜரூராக நடந்து கொண்டிருந்தது. அவ்விடத்தில் சாலையைப் பாதிக்குமேல் பெரும் பள்ளங்களும் பெரிய சிமெண்ட் காங்கிரீட் உத்தரங்களும் நூற்றுக்கணக்கான கட்டிடப் பணியாட்களும் அடைத்துக் கொண்டிருந்தார்கள். மீதமிருந்த சிறு இடத்தைப் போலீசார் அடைத்துக் கொண்டிருந்தார்கள். காரோட்டுபவர்கள், பேருந்து ஓட்டுபவர்கள், சைக்கிள் ஓட்டுபவர்கள், நடந்து செல்பவர்கள் எல்லாரும் போலீசாரின் கவனத்தைச் சரிசமமாகப் பெற்றார்கள். அந்த ஒரு பர்லாங்கு தூரத்தை ஒரு மாதிரித் தாண்டிய பிறகு அப்பாடா என்று பெருமூச்சு விட்டார்கள்.

ரகுநாதன் ஏறிய பேருந்து அண்ணாசாலை தபால் நிலையம் அடைவதற்குள் பத்தரை மணி அடித்துவிட்டது. அது நின்றவுடன் ஆண்களும் பெண்களும் தட்டுத் தடுமாறி வெளியே குதித்தார்கள். புடவை, செருப்புகளைச் சரி செய்துகொண்டு அவரவர்கள் காரியாலயத்தை நோக்கி ஓடினார்கள்.

பழக்கம் காரணமாக ரகுநாதன் அவன் வேலை செய்து வந்த கட்டிடத்தை நோக்கி நடந்தான். அதை அடைந்தவுடன் ஒருகணம் நின்றுவிட்டு மேலும் தொடர்ந்து நடந்தான். அண்ணாசாலைத் துணிக்கடைகளை அப்போதுதான் திறந்து வைத்துத் தூசு தட்டிக் கொண்டிருந்தார்கள். கடைப் பொம்மைகளைத் துகிலுரித்து வேறு உடை அணிவித்துக் கொண்டிருந்தார்கள். தன்னையும் மறந்து ஒரு பொம்மை எதிரே ரகுநாதன் நின்றுவிட்டான். உடையிழந்த பொம்மைகூட ஒருகணம் வெட்கத்தால் கன்னம் சிவந்தது போல இருந்தது. அதற்கு உடை உடுத்திக்கொண்டிருந்த ஆண் ரகுநாதனைப் பார்த்து “போயா அந்தாண்டை,” என்றான்.

“நீ யாருய்யா என்னைப் போன்னு சொல்லறதுக்கு?” என்று ரகுநாதன் கேட்டடான். அந்த ஆள் உடனே ஒரு கயிறைப் பிடித்து இழுத்தான். அந்தப் பொம்மைக்கு முன்னேயிருந்த கண்ணாடியை ஒரு துணித்திரை மறைத்தது.

ரகுநாதனுக்குக் கோபம் பீறிக்கொண்டு வந்தது. அந்தக் கடைக்குள் நுழைந்தான்.

கடை இன்னும் விற்பனைக்குத் தயாராகவில்லை. ஒரே ஒரு ஆள் ரகுநாதனிடம் வந்து “என்ன வேண்டும்?” என்று கேட்டான்.

ரகுநாதன் என்ன கேட்டால் உடனே எடுத்துத் தரமாட்டார் என்று ஒரு கணம் யோசித்தான்.

“ஓவர் கோட் இருக்கிறதா?” என்று கேட்டான்.

அந்த ஆளும் ஒரு நிமிடம் தயங்கினான். பிறகு, “இருக்கிறது” என்றான்.

“சரி, பார்க்கலாம். காண்பி.”

அந்த ஆள் இன்னொரு ஆளிடம் ஏதோ சொல்ல, அவன் இன்னொருவனிடம் சொல்ல, இருவரும் ஒரு சிறு ஏணியை ஒரு மூலையிலிருந்து எடுத்தார்கள். அந்தக் கடையின் பின் பகுதி அலமாரிகள் அருகில் ஏணியைப் பொருத்திக்கொண்டு ஒருவன் ஏறினான். மேலே இருந்து பெரிய பெட்டிகளாக ஐந்தாறு எடுத்துக் கீழே போட்டான். பெட்டிகள் மீதிருந்த தூசு கிளம்பி எல்லாரையும் மூச்சுத் திணற அடித்தது.

கடை முதலாளி என்று நினைக்கக் கூடிய ஒருவன், “என்னா மேன், மேலெல்லாம் சரியாத் தட்டறதில்லே? ஒரே தூசி தும்பா இருக்குதே? என்னா வேலே பண்றீங்க?” என்றான்.

கடை ஆட்கள் ரகுநாதனை வெட்டி விடுவதுபோலப் பார்த்தார்கள். ஒருவன் அவசரமாகப் பெட்டிகளை எடுத்துத் துடைத்தான். மேசைமீது ஒன்றைத் திறந்தான். ரகுநாதனைப் பார்த்து, “உங்க சைசுக்குத்தானே?” என்று கேட்டான்.

“ஆமாம்.”

“பாருங்க.”

ரகுநாதன் பெட்டியிலிருந்த மழைக் கோட்டை வெளியி லெடுத்துப் பார்த்தான். அவனோடு வைத்து அளவு பார்த்தான். கோட்டு அவன் கணுக்கால் வரை நீண்டு இருந்தது.

“சின்ன சைசு இருக்கா?” என்று கேட்டான்.

அந்த ஆள் முணுமுணுத்துக் கொண்டே மற்றப் பெட்டிகளின் ஓரங்களைப் பார்வையிட்டான். ஒரு பெட்டியை எடுத்து, "இதோ பாருங்க" என்றான்.

இந்தக் கோட்டு முன்னதைவிடச் சிறியது. ரகுநாதனுக்குச் சரியாகவே இருக்கும். ஆனாலும் ரகுநாதன் கேட்டான்.

"இதைவிடச் சின்னது இருக்கா?"

அந்த ஆள், "இதைவிடச் சின்னது கிடையாது, சார். சின்னப் பசங்க கோட்டுத்தான் இதைவிடச் சின்னதாக இருக்கும்" என்றான்.

ஆ.-

"என்ன? என்ன?"

"இதுக்கும் சின்ன சைஸ் பாய்ஸ் ஓவர் கோட்டுதான் சார்."

"என்னை என்ன சின்னப் பையன்னா சொல்லறே?"

"இல்லே சார்..."

"என்ன இல்லை? என்னாய்யாது கடை நடத்திறீங்க? உங்க கடைக்கு வந்தவங்களை அவமானப் படுத்தறதா வியாபாரம்?" -ரகுநாதன் கத்த ஆரம்பித்தான்.

கடை முதலாளி அவனிடம் வந்தான். "என்ன சார்? என்ன வேணும்?" என்று கேட்டான்.

"ஓவர் கோட்டு கேட்டா என்னை இந்த ஆளு சின்னப் பையன்னு கிண்டல் பண்ணுறான்."

"அதெல்லாம் ஒண்ணும் இல்லை, சார். இதைவிடச் சின்ன சைஸ் கிடையாதுன்னுதான் சொன்னேன்!" என்று கடை ஆள் சமாதானமாகச் சொன்னான்.

"அப்படியா சொன்னே? மறுபடியும் சொல்லு, அப்படியா சொன்னே?"

இதற்குள் கடை முதலாளி அந்த ஆளைக் கோபித்துக் கொள்ள ஆரம்பித்தான். அவனை அங்கிருந்து விரட்டிவிட்டு அவனே ரகுநாதனிடம் "கோவிச்சுக்காதீங்க சார்! அந்த ஆளு புதுசு, பேசத் தெரியாது! உங்களுக்கு என்ன வேணும் சார்?" என்று மரியாதையாகக் கேட்டான்.

"எனக்கு ஒண்ணும் வேண்டாமய்யா. இந்த மாதிரிக் கடைங்க உள்ளே நுழையவே கூடாது! மரியாதை தெரியாத சின்னப் பசங்க!" என்று சொல்லிவிட்டு ரகுநாதன் வெளியேற முற்பட்டான்.

ஆகாயத் தாமரை

ரகுநாதன் பேசுவது புரியாத கடை முதலாளி ‘இவர் என்ன சொல்கிறார்?’ என்று கேட்கிற மாதிரி அவனுடைய கடை ஆட்களைப் பார்த்தான். ரகுநாதன் தெரு நடைபாதையை அடைந்தான். இப்போது கடைப் பொம்மைகள் எல்லாம் ஒழுங்காக உடை அணிந்து கொண்டு அவனைக் கண் சிமிட்டாமல் பார்த்தன.

ரகுநாதன் அண்ணா சாலை நடைபாதையில் நடந்து சென்றான். பழக் கூடைக்காரிகள், நடை பாதைச் செருப்பு வியாபாரிகள், பேனா விற்பவர்கள், பூட்ஸ் பாலிஷ் போடும் பையன்கள் எல்லாரும் அவனை வரவேற்றார்கள். நான்கணாவுக்காவது போணி செய்யும்படி வேண்டிக் கேட்டார்கள். ரகுநாதன் அவர்களை நிராகரித்துவிட்டுத் தன் பயணத்தைத் தொடர்ந்தான். ‘ஹிந்து’ பத்திரிகைக் காரியாலயம் அருகில் ஒரு ரிக்ஷாக்காரனும்–மல் வேட்டி ஜிப்பா அணிந்த ஒரு வட இந்தியக்காரருமாகப் பலத்த வாக்குவாதத்தில் ஈடுபட்டிருந்தார்கள். வட இந்தியக்காரர் ஹிந்தியில் பேச ரிக்ஷாக்காரன் தமிழில் வாதாடிக் கொண்டிருந்தான். ரகுநாதன் சிறிது நேரம் நின்று அக்காட்சியை அனுபவித்தான். ரிக்ஷாக்காரன், வட இந்தியக்காரர் இருவரும் அவனிடம் மத்யஸ்தத்திற்கு வந்தார்கள். ரிக்ஷாக்காரன் கேட்ட கூலிக்கு அரைரூபாய் அதிகமாகவே ரகுநாதன் வாங்கிக் கொடுத்தான். அவன் மேற்கொண்டு செல்ல ரிக்ஷாக்காரன் அவனைத் தொடர்ந்து வந்தான். “நம்ம வண்டியிலே ஏறு சாமி. அதோ பார்க்காண்டதான் போறேன். இறக்கிவிடறேன்.” என்றான். பார்க் என்பது நேப்பியர் பூங்கா. அது அந்த இடத்திலிருந்து நூறு கெஜ தூரம்கூட இருக்காது.

ரகுநாதன், “வேண்டாம்!” என்றான்.

“சும்மா ஏறு சாமி. உங்களை ஒண்ணும் கூலி கேக்க மாட்டேன். இதோ கொஞ்ச நேரத்திலே நான் இஸ்கூல் டிரிப்புக்குப் போகணும்.”

ரகுநாதன் வேறு வழி தோன்றாமல் ரிக்ஷாவில் ஏறிக்கொண்டான். “உன் பேர் என்ன?” என்று கேட்டான்.

“முன்சாமி,” என்று ரிக்ஷாக்காரன் பதில் சொன்னான். பூங்கா வாசலருகே வந்ததும் வண்டியை நிறுத்தினான். ரகுநாதன் கீழே இறங்கிக் கொண்டான்.

“உனக்கு இந்தப் பக்கத்தில் எது வேண்டும்னாலும் என்னைக் கேளு சாமி. முன்சாமின்னா எவனும் சொல்லுவான். எது வேணும்னாலும் கேளு. உனக்குக் கொண்டாறேன்,” என்று

முனுசாமி வாக்குறுதி தந்தான். அவன் எது வேண்டுமானாலும் என்று சொன்னது எதுவாக இருக்கலாம் என்று ஒரு மாதிரி ரகுநாதனுக்குத் தெரியும்.

"சரி, உன்னையே தேடி வரேன்," என்று சொல்லி விடை பெற்றுக்கொண்டான். அவனை எவ்வளவோ வருடங்களாக அறிந்த அம்மாவும் தெருக்காரர்களும் மேலதிகாரிகளும் உதாசீனம் செய்ய முன்பின் அறியாத ஒரு ரிக்ஷாக்காரன் அவனுக்கு எது வேண்டுமானாலும் செய்யத் தயாராயிருக்கிறான்!

ரகுநாதன் பூங்காவில் போய் உட்கார்ந்தான். அங்கே உட்கார்ந்திருப்பவர்களைவிடப் படுத்திருப்பவர்கள்தான் அதிகமாகஇருந்தார்கள்.பூங்காவில் நிழல் படும் இடங்களிலெல்லாம் யாராவது தூங்கிக் கொண்டிருந்தார்கள். உலகமே பொழுது விடிந்து வெயில் உச்சியேறும் தருணத்தில் தீவிரச் செயலாக்கத்தில் ஈடுபட்டிருக்கும் வேளையில் அங்கு தன் நினைவே இழந்து உறங்குபவர்கள் நிறைய இருந்தார்கள். அவர்களும் தற்காலிகமாக வேலையிலிருந்து நீக்கப்பட்டவர்களோ?

ரகுநாதனுக்கு அங்கு இருப்புக் கொள்ளவில்லை. பூங்காவை விட்டு வெளியே வந்து கூவம் ஆற்றங்கரையோரமாக நடந்தான். கூவத்தை ஒரு மாதிரிச் செப்பனிட்டு வைத்திருந்தாலும் அந்த இடத்தில் அது அசுத்தம் மேலிட்டுத்தான் இருந்தது. கூவம் ஆற்றை அண்ணாசாலை கடக்குமிடத்தில் இருந்த பாலத்தை விரிவுபடுத்தும் வேலை நடந்துகொண்டிருந்தது. பெரிய பெரிய இயந்திரங்கள் சிமெண்ட் காங்கிரீட் கலந்து கொட்டிக்கொண்டிருந்தன. அதை வேலையாட்கள் சரியான முறையில் நியமிக்கப்பட்ட இடங்களில் பங்கீடு செய்து கொண்டிருந்தார்கள். ஒரு விதத்தில் ஜெமினி ஸ்டுடியோ அருகே கட்டப்படும் மேம்பாலமும் இங்கே கூவம்மீது விரிவுபடுத்தப்படும் பாலமும் ஒரே மாதிரிப் பொதுப்பணியில்தான் சேர்க்கவேண்டும். இரண்டும் போக்குவரத்து சீராகவும் வேகமாகவும் இயங்க உதவும் சாதனங்கள். இவ்வளவு மனிதர்களும் வாகனங்களும் எங்குதான் செல்கிறார்கள்? என்னதான் செய்கிறார்கள்? நிறையத்தான் செய்ய வேண்டும். இன்றைய நாட்டு வாழ்க்கையின் சமநிலையும் முன்னேற்றமும் இந்தப் போக்குவரத்து நிகழும் விதத்தில்தான் கட்டுண்டிருக்கின்றன. எல்லாரும் நாட்டு வளத்திற்கும் மக்கள் நலனுக்கும் அயராமல் பாடுபட்டுக் கொண்டிருக்கும் இந்நேரத்தில் அவன் மட்டும் திசை புரியாமல் அலைந்துகொண்டிருக்கிறான்.

ரகுநாதனுக்கு அவன் மீதே வெறுப்பு மேலிட்டது. தனக்கு ஏன் இந்தக் கதி நேர்ந்தது? இன்னும் எவ்வளவு நாட்களுக்கு இப்படி அல்லாடிக் கொண்டிருக்க வேண்டும்?

தன் பிரச்னை தீர வழி தெரியாவிட்டாலும் வெளித் தோற்றத்திலாவது தான் கலங்கி இராதது போலிருக்க வேண்டும் என்று நினைத்து அவன் உறுதியான நடையுடன் அப்பாலத்தைக் கடந்தான். பாலத்தைக் கடந்தவுடன் அவன் கண்முன் மலையாக நின்றது மன்ரோ சிலை.

ரகுநாதன் வேகமாக அச்சிலை நோக்கி நடந்தான். எப்போதோ எங்கோ பிறந்த அந்த வெள்ளைக்காரன் தென்னிந்தியாவின் முச்சந்தி ஒன்றில் குதிரைமீதேறியவனாகச் சதாசர்வ காலம் நிற்க நேரிட்டிருக்கிறது. அவன் உண்மையில் அவ்வளவு அழகான உடலமைப்பும் தோற்றமும் கொண்டிருந்தானோ தெரியாது. ஆனால் சிலை மிகவும் கம்பீரமாகத்தான் இருந்தது. சென்னை யிலேயே வேறு எவ்வளவோ ஆங்கிலேயர்கள் இந்தியர்கள் ஒரு இத்தாலி நாட்டுக்காரருக்குக்கூடச் சிலைகள் இருந்தன. ஆனால், ஒன்றுக்குக்கூட மன்ரோ சிலைக் கம்பீரமும் தோற்றமும் இல்லை. அவன் பார்வை விழும் பிரதேசமெல்லாம் அவனாட்சிக்குட் பட்டது போன்ற தோரணையில் சர் தாமஸ்மன்ரோ வெண்கலமாக மாறி இருபதடி உயரமான பீடத்தில் இருந்து கொண்டிருந்தான்.

ரகுநாதன் சிலையருகே போய் அண்ணாந்து பார்த்தான். இவ்வளவு அற்புதமாகச் செய்யப்பட்ட அந்தச் சிலையில் ஒரு குறை இருந்தது. மன்ரோ குதிரைமீது அமர்ந்திருந்தான். ஆனால் 'ஸ்டிரார்ப்' இல்லை. அதாவது குதிரை மீது ஏற இன்றியமையாததான கால் பிடித் தட்டு இல்லை. மன்ரோ எப்படிக் குதிரை மீது ஏறினான்? அவனை எப்படிச் சிற்பி சிலை வடித்தான்?

தன்னுடைய சொந்த வாழ்க்கையோடு எந்த விதத்திலும் நேரடியாகப் பிணைக்கப்படாததொன்றைப் பற்றித் தீவிர சிந்தனையில் ஈடுபட நேர்ந்ததில் ரகுநாதனுக்கே வியப்பு ஏற்பட்டது. கடைசியாக ஒருமுறை மன்ரோ சிலையைப் பார்த்துவிட்டு மீண்டும் பாலத்தை நோக்கித் திரும்பி நடந்தான். ஏதோ தோன்றி சாலையைக் கடந்து இடது புறம் சென்றான். அப்படியே நின்றான்; அவன் அழைப்புப் பெற்றும் உள்ளே புக முடியாமல் திண்டாடி, உள்ளே புகுந்த பின்னும் பசியோடு வீடு திரும்ப வைத்த அந்தப் பெரிய மனிதர்கள் பொழுது போக்கு விடுதி அங்கேதான் இருந்தது. அவ்விடுதியின் கேட் வாசலில் கூட அன்று நின்ற காவல்காரன்தான் இன்றும் நின்று கொண்டிருக்கிறான்.

ரகுநாதன் சற்றுத் தள்ளி அந்தக் கேட்டையும் காவல்காரனையும் பார்த்தபடி நின்றான். அவனுக்கு இழிவும் இழப்பும் ஏற்படுத்திய அவ்விரண்டும் இந்நேரத்தில் வெகு

நேர்த்தியாகத்தான் விளங்கிக்கொண்டிருந்தன. காவல்காரன் அவனுடைய சீருடையின் தோள்பட்டைகளில் பித்தளை வில்லைகள் அணிந்திருந்தான். அவை நன்றாக மெருகேற்றப்பட்டு மின்னின. உரிய காலங்களில் ஒழுங்காக வர்ணம் பூசப்பட்ட கேட், அதுவும் பளிச்சென்று இருந்தது. அந்த விடுதிக்குள் புகநேர்ந்த அன்றே ரகுநாதனுக்குக் கஷ்ட காலம் வந்துவிட்டது. அவனாக அவ்விடுதிக்குள் சென்றிருக்க மாட்டான். அங்கு ஒரு பொழுது போக்கு விடுதி இருக்கிறது என்கிற விஷயமே அவனுக்குத் தெரியாது. அப்படித் தெரிந்தாலும் அங்கு செல்லக்கூடிய யோக்கியதை அவனுக்குக் கிடையாது. அவனுடைய வாழ்க்கையில் எந்தவித விபத்தும் நேராது. இருந்தால்கூட அவனுடைய வாழ்நாளில் அந்த விடுதிக்குள் நுழையக்கூடிய யோக்யதாம்சம் அவனுக்கு வரப்போவதில்லை. மாதம் சுமார் ரூபாய் ஐயாயிரமாவது சம்பாதிப்பவர்கள்தான் அந்த விடுதியைத் தாக்குப்பிடிக்க முடியும். இருநூறு ரூபாய்க்குத் தாளம் போடும் ரகுநாதன் போன்றவர்களுக்கு அம்மாதிரி விடுதிகள் இருப்பதுகூடத் தெரியாமல் போவதுதான் நல்லது. இருப்பாரைப் பார்த்துத்தானே இல்லாமை அதிகம் தெரிகிறது?

தத்துவார்த்தமான எண்ணங்கள் தோன்றினாலும் ரகுநாதனுக்குப் பெரிதாக நான்கு கற்களைத் தூக்கி அந்த விடுதியை நோக்கி எறிய வேண்டும் போலிருந்தது. கல்லெறிவது சிறுபிள்ளைகள் செய்கை. ஆனால், பெரியவனான பிறகும் அவனுக்கு அப்படித் தோன்றுவது அவனுடைய இயலாமை காரணம். எவ்வளவோ பாடுபட்டுச் சம்பாதித்த வேலையை ஒழுங்காக வைத்துக் கொள்ளத் தெரியவில்லை. வேலையில் இருப்பவர்கள் எல்லாரும் சத்திய சந்தர்களாகவும் தர்மபுத்திரர்களுமாகவா இருக்கிறார்கள்? இல்லை. ஆதலால் என்ன செய்தாலும் பிடிபடாமல் இருக்கத் தெரிந்துகொண்டிருக்கவேண்டும். இன்றைய வாழ்க்கையே குற்றம் புரியாமல் இருப்பதை அச்சாகக் கொள்ளவில்லை. குற்றம் புரிந்தாலும் பிடிபடாமல் இருப்பதில்தான்.

ரகுநாதன் தன் கவனத்தை வேறு மகிழ்ச்சிகரமான விஷயங்களுக்குத் திருப்ப முயன்றான். ஆனால், அந்நேரத்தில் அந்த வெய்யிலில் அந்த இடத்தில் நிற்பதை அவனால் பிரக்ஞையிலிருந்து விலக்க முடியவில்லை. அவனுக்குச் சம்பளம் குறைவுதான் என்றாலும் அவன் காரியாலயத்தில் அவனுடைய நாற்காலி மிகவும் சௌகரியமானது. அவனுடைய தலைக்கு மேலிருந்த மின்விசிறி ஓயாமல் அவனுக்குக் காற்று வீசிக்கொண்டிருக்கும். காரியாலய காண்டீனில் நினைத்தபோது காபி, டீ சாப்பிடலாம். உடனுக்குடனே பணம் தராமல், சம்பளம் வாங்கும்போது கணக்கைத் தீர்த்தால் போதும். அப்புறம் தினத்தாள்கள்,

மாதப் பத்திரிகைகள், வாரப் பத்திரிகைகள் எல்லாவற்றையும் இலவசமாகப் படிக்கலாம். ஊர்வம்பு, சினிமா விமரிசனம், அரசியல் அக்கப்போர், எல்லாவற்றைப் பற்றியும் அவ்வப்போது பரிமாறிக் கொள்ள நண்பர்கள் உண்டு. இப்போதோ அதெல்லாம் ஒன்றும் கிடையாது.

ரகுநாதனுக்குப் புண்ணில் கோல் கொண்டு குத்துவதுபோல அவனுடைய அம்மா நினைவும் அவனுடைய தெருக்காரர் பாலகிருஷ்ணன் ஞாபகமும் மீண்டும் வந்தது. அவனுக்குப் பத்தே வயதாகும்போது அவனுடைய அப்பா இறந்து போய்விட்டார். அப்போதிலிருந்து அம்மாதான் எவ்வளவோ பாடுபட்டு அவனைப் படிக்க வைத்து ஆளாக்கி ஒரு வேலையில் அமர்வதையும் கண்ணுற்றிருக்கிறாள். இருந்தும் அம்மாவுக்கும் பிள்ளைக்கும் ஒரு பிளவும் எதிர்ப்பும் இருந்து கொண்டேயிருந்தது. பாலகிருஷ்ணனைப் பற்றிச் சொல்ல வேண்டியதில்லை. அவருடைய ஒவ்வொரு சொல்லும் ஆலகால விஷம். பாலகிருஷ்ணன் மீது அம்மாவுக்கு அபார நம்பிக்கை. அவர் தன்னைப் பற்றி அம்மாவிடம் இதற்குள் என்ன என்னவெல்லாம் சொல்லியிருக்கிறாரோ?

எவ்வளவு மோசமான மகனாயிருந்தாலும் கை நிறையக் காசு சம்பாதித்தால் எல்லாம் மறந்து போகும். கைநிறையக்காசு, கைநிறையக்காசு...

திடீரென்று ரகுநாதனுக்கு ஒன்று நினைவுக்கு வந்தது. எப்படி இவ்வளவு நாட்கள் இது தோன்றவில்லை? கை நிறையக் காசுக்கு வழி செய்பவர் ஒருவர் இருக்கிறார்! ரகுநாதன் உற்சாகம் மேலிட்டவனாகச் சீட்டியடித்தான். அவன் நினைவில் அப்போது குடி புகுந்திருந்தவர் ராஜப்பா!

6

சென்னை பாரிமுனையில் பஸ்ஸிலிருந்து இறங்கிய ரகுநாதன் முதல் காரியமாகத் தன் பூட்ஸைத் துடைத்துக் கொண்டான். தியாகராய நகரிலிருந்து பாரி முனைவரை பஸ்ஸில் நின்று கொண்டே வர நேர்ந்த அவன் குறைந்தது பத்து முறையாவது மற்றப் பயணிகளிடம் மிதி பட்டான். பஸ்ஸில் நின்று கொண்டே பயணம் செய்வது அவனுக்குப் புதிதான அனுபவமல்ல. ஆனால், அவன் பூட்ஸ் அணிந்து பஸ்ஸில் சென்றதும் மிகக் குறைந்த நாட்களுக்குத்தான். அவனுடைய காரியாலயத்தில் அவனைப் போல மூன்று மடங்கு நான்கு மடங்கு சம்பளம் வாங்குபவர்கள்கூடச் செருப்புக் காலோடுதான் வேலைக்கு வந்தார்கள். ஆதலால் அவனும் செருப்பணிந்துதான் தினமும் காரியாலயத்திற்கு வந்து கொண்டிருந்தான். நான்கு நாட்கள் நடந்த ஓவியக் கண்காட்சியின்போது மட்டும் சாக்ஸ் அணிந்து ஜோடணிந்து கொண்டான். அப்புறம் அவன் வாழ்க்கையின் திருப்பு முனையாகப்போன அந்த விருந்தன்று ஜோடணிந்து கொண்டான். இப்போது ராஜப்பாவைப் பார்க்கப் போகும்போது கோட்டு சூட்டு ஜோடுடன் கிளம்பினான். நல்ல வேளையாக அவனுடைய அம்மா 'எங்கேடா தடபுடலாகக் கிளம்புகிறாய்' என்று கேட்கவில்லை. இன்னொரு நல்ல காரியம், பாலகிருஷ்ணன் அன்று கண்ணில் படவில்லை.

பூட்ஸ் இரண்டும் நன்றாகவே மிதிபட்டிருந்தன. அதுவும் அன்று அவன் நன்றாக பாலிஷ்

போட்டிருந்தபடியால் கீறல்கள் பளிச்சென்று தெரிந்தன. ஆனால் ராஜப்பா காலை அதிகம் ஆராயமாட்டார் என்று மனதைத் தேற்றிக்கொண்டான்.

ராஜப்பாவின் முகவரி பிரம்மாண்டமான ஏழடுக்குக் கட்டிடம். அந்தக் கட்டிடத்தில் செயல்பட்ட காரியாலயங்களின் பட்டியல், கட்டிடத்தின் முன் வரவேற்பு ஹாலில் ஒரு சுவர் முழுக்க இடம் பிடித்த பெரிய பித்தளைத் தகட்டில் இருந்தது. இந்திய நிறுவனங்கள், பிரிட்டிஷ் நிறுவனங்கள், ஒரு ஜப்பானிய நிறுவனம், எந்த நாடென்று தெரியாத அயல்நாட்டு நிறுவனம், ஒரு வங்கி, ஒரு சர்வ தேச இளைஞர் சங்கம், ஒரு சிறப்பு நூலகம் – இப்படி இன்னும் பல அமைப்புகள் இருந்தன. ரகுநாதன் பட்டியலை மேலிருந்து கீழ் படித்தான். பின் கீழிருந்து மேல் படித்தான். இதில் ராஜப்பா இருக்கும் இடம் எதுவாக இருக்கும் என்று யோசித்தான். அவன் அந்த மாபெரும் பெயர்ப் பட்டியலருகே திண்டாடிக் கொண்டிருப்பதைப் பார்த்தபடி இருவர் இருந்தார்கள். ஒருவன் தடபுடலாகக் காக்கிச் சீரணி அணிந்த ஒரு சேவகன். இரண்டாவது அங்கு ஓர் ஓரத்தில் பளபளவென்று ஒரு சிறு மேஜைக்குப் பின்னால் அமர்ந்திருந்த ஆங்கிலோ இந்தியப் பெண்.

ரகுநாதனால் அந்தச் சேவகனின் பார்வையைச் சகித்துக் கொள்ள முடியவில்லை. அவனுக்கு அன்று அந்தப் பொழுதுபோக்கு விடுதிக் காவல்காரன் நினைவு வந்தது. இவனும் அந்தக் காவல்காரனைப் போல் ரகுநாதனை அந்த இடத்திலேயே நிறுத்தி வைத்துவிட முடியும் என்ன கஷ்டகாலம்! ரகுநாதன் அன்று போல் இன்றும் டை, கோட்டு, ஜோடு அணிந்திருக்கிறான்.

ரகுநாதன் அதற்கு மேலும் தயங்காமல் அந்த ஆங்கிலோ இந்தியப் பெண்ணிடம் சென்றான். “எனக்கு ராஜப்பாவைப் பார்க்க வேண்டும்,” என்றான்.

“எந்த ராஜப்பா?” என்று அவள் கேட்டாள்.

ரகுநாதனுக்கு அவள் மீதே மிகுந்த கோபம் வந்தது. அந்த மனிதர் அன்று புல் தரையில் அவரைப்பற்றிப் பேசியபோது அவன் ஒழுங்காகக் காது கொடுத்துக் கேட்டிருந்தால் இன்று இப்படி எல்லாம் திண்டாட நேராது.

“அவர் ஒரு நிறுவனத்தைச் சேர்ந்தவரானால் எளிதாகச் சொல்லிவிடலாம். அவர் பல நிறுவனங்களுக்குப் பொறுப்பாளி.”

“நீங்கள் எல்.சி. ராஜப்பாவைச் சொல்கிறீர்களா?” என்று அந்தப் பெண் கேட்டாள்.

"அவருக்கு என்ன வயது இருக்கும்?"

இப்போது அந்த ஆங்கிலோ-இந்தியப் பெண்ணுக்குச் சந்தேகம் வந்துவிட்டது. சிறிது விரைப்பாக, "அதெல்லாம் என்னால் சொல்லிக் கொண்டிருக்க முடியாது" என்றாள்.

"தயவு செய்து... பிளீஸ்."

"தயவு செய்து என் நேரத்தை வீணாக்காதீர்கள்."

"உங்கள் நேரம் விசாரிக்க வருபவர்களுக்குப் பதில் சொல்வதற்குத்தானே?"

அந்த ஆங்கிலோ இந்தியப் பெண்ணுக்கு மிகவும் கோபம் வந்துவிட்டது. "இப்போது மரியாதையாகப் போகிறாயா இல்லையா?" என்று கேட்டாள்.

ரகுநாதன் தானும் சினந்து திருப்பிச் சீறுவதைத் தடுத்துக் கொண்டான். "என்னை மன்னித்துவிடுங்கள். எனக்கு சி.எல். ராஜப்பாவைத்தான் பார்க்கவேண்டும்" என்றான். உடனே தன்னைத் திருத்திக்கொண்டு, "எல்.சி. ராஜப்பா" என்றான்.

அந்த ஆங்கிலோ இந்தியப் பெண் இன்னமும் பொறுமையாகத்தான் இருந்தாள். "அவரைப் பார்க்க முன்னேற்பாடு இருக்கிறதா?" என்று கேட்டாள்.

"இல்லை... இல்லை, இல்லை, இல்லை. ஆமாம். ஆமாம். இருக்கிறது, இருக்கிறது."

அவள் அவனை ஏற இறங்கப் பார்த்தாள். இவ்வளவு பொறுமைவாய்ந்த பெண் எங்குமே சாத்தியமில்லை என்று ரகுநாதன் நினைத்துக் கொண்டான்.

"ஐந்தாவது மாடி," என்றாள்.

"நன்றி" என்று ரகுநாதன் கூறினான்.

அந்த வரவேற்பு அறை நடுவில் மாடிப்படி இருந்தது. அங்குதான் அந்தச் சேவகன் நின்று கொண்டிருந்தான். மாடிப் படிக்குப் பக்கத்தில் லிஃப்ட் இருந்தது.

ரகுநாதன் லிஃப்ட் அருகே சென்று பொத்தானை அழுத்தினான். லிஃப்ட் கணவாய் வாயிற்படி மேலிருந்த எண் வரிசையில் ஆறாவது எண் எரிந்து கொண்டிருந்தது. ரகுநாதன் மீண்டும் பொத்தானை அழுத்தினான். ஆறாவது எண் அணைந்தது. ஐந்து எரிந்தது. அப்புறம் ஐந்து அணைந்தது. நான்கு எரிந்தது. அப்புறம் அது அணைந்தது. மூன்று எரிந்தது.

அதுவும் அணைந்தது. இரண்டு எரிந்தது, அதுவும் அணைந்து ஒன்றாம் எண் எரிந்தது. இனி இன்னும் ஓரிரு விநாடிகளில் லிஃப்ட் கீழே வந்துவிடும். ரகுநாதன் தயார் நிலையில் நின்றான்.

ஆனால், ஒன்றாம் எண் எரிந்து கொண்டே இருந்தது. விடாது எரிந்து கொண்டிருந்தது. ரகுநாதன் மூச்சைப் பிடித்துக்கொண்டு நின்றான். கண்கொட்டாமல் நின்றான். அசையாமல் நின்றான். அப்பாடா! ஒன்றாம் எண் அணைந்தது. ஆனால், தரையைக் குறிக்கும் எழுத்து எரிவதற்குப் பதில் மீண்டும் இரண்டாவது எண் எரிந்தது. அதாவது லிஃப்டு இப்போது மேலே போய்க் கொண்டிருந்தது.

ரகுநாதன் லிஃப்ட் பொத்தானைப் பலமாக அழுத்தினான். காக்கிச் சீருடைச் சேவகன், “அதைச் சும்மாச் சும்மா அழுத்தாதே. உடைஞ்சு போகப் போவுது,” என்றான்.

“பொத்தானை அழுத்தாமே என்ன பண்ணுவாங்க?” என்று ரகுநாதன் கேட்டான்.

“அதான் ஒரு வாட்டி அழுத்திட்டியே.”

“ஒரு வாட்டி அழுத்தினதுலே அது மேலேனாப் போய்க்கிட்டிருக்குது!”

“உனக்கு முன்னாலே யாராவது மேலே இருக்கிறவங்க கூப்பிட்டிருப்பாங்க.”

“அது முதலிலேயே ரொம்ப மேலே தானே இருந்தது?”

“அப்பச் சும்மா இரு. அதுவாக் கீழே வரும். அப்படி ரொம்ப அவசரமாயிருந்தா படியேறிப்போ.”

“அவசரமாகப்போறவங்க படியேறித்தான் போவாங்களா?”

“இதோ பாரு, சும்மாத் தொண தொணான்னு பேசிட்டு நிக்காதே. ஏதோ ஜென்டில் மேன் மாதிரி உடுப்பு போட்டிருக்கியேன்னு பாத்தா படிச்சவன் மாதிரி நடந்துக்க மாட்டேங்கறியே?”

ரகுநாதனுக்கு அந்தக் கணம் தன் உடுப்பு எல்லாவற்றையும் கழற்றி எறிந்துவிட வேண்டும் போலிருந்தது. அவன் சாதாரண உடை அணிந்தாலும் அவனை எல்லாரும் அலட்சியம் செய்தார்கள். அவன் சிறப்பாக உடை உடுத்தினாலும் அலட்சியம் செய்தார்கள். அவனைப் பார்த்தாலே சீருடை அணிந்தவர்கள் எல்லாருக்கும் அவனை மட்டந்தட்ட வேண்டும் போல் தோன்றுகிறது. சீருடை இல்லாத இடமாகப் பார்த்து

அவன் போக வேண்டும். சீருடை இல்லாத இடம் ஏது? ஹைகோர்ட்டு நீதிபதிகள்கூடச் சீருடை அணிகிறார்கள் ஏன்? அவனுடைய உடையே ஒரு விதத்தில் சீருடைதான். வேலைக்கு இண்டர்வியூ என்று போகும் எந்த இளைஞன் இம்மாதிரிச் சங்கடமான கோட்—டை அணியாமல் இண்டர்வியூவுக்குச் செல்கிறான்? எழுத்தர் வேலையாயிருந்தாலும் உதவி மானேஜர் வேலையாயிருந்தாலும் இதே மாதிரி கோட்டு, இதே மாதிரி டை, இதே மாதிரி ஜோடு.

ரகுநாதன் உடைபற்றி அலசிப் பார்ப்பது லிஃப்டு கீழே வந்து சேர்ந்ததால் தடைபட்டுப் போயிற்று. ரகுநாதன் லிஃப்டு உள்ளே நுழைந்து ஐந்தாம் எண் பொத்தானை அழுத்தினான். லிஃப்டு மேலெழும்பியது. ரகுநாதனின் வயிறு ஒரு கணம் சுருங்கித் துடித்தது.

ஐந்தாவது மாடியில் லிஃப்டு நின்றது. அதிலிருந்து வெளியேறுமுன் ரகுநாதன் அதில் பதிக்கப் பெற்றிருந்த முகம் பார்க்கும் கண்ணாடியில் தன் முகத்தைப் பார்த்துக் கொண்டான். தலைமயிர் சிறிது கலைந்திருந்தது. அதைச் சரிசெய்துகொண்டுவிடலாம். நெற்றியருகில் வியர்த்திருந்தது. அதையும் சரி செய்து கெண்டுவிடலாம். ஆனால், கண் கலங்கி யிருந்தது. அதை ஒன்றுமே செய்ய முடியாது.

லிஃப்டு வெளியே வந்து ஐந்தாவது மாடி ஆளோடியில் ரகுநாதன் நடந்து சென்றான். அவனுடைய கண்ணைப் பற்றி அவனுக்குக் கவலையாயிருந்தது. ஏன் அடிக்கடி அது கலங்கிக் காணப்படுகிறது? அவ்வளவிற்கும் அவன் அதிகம் படிப்பதில்லை. நிறையத் திரைபடங்களைப் பார்க்கப் போவதில்லை. குடிப்பதில்லை. கேளிக்கைகளில் மூழ்கிக் கிடப்பதில்லை. இருந்தும் அவனுடைய கண்கள் மட்டும் கலங்கிக் காணப்படுகின்றன.

அந்த ஆளோடியின் ஒரு திருப்பத்தில் ஒரு சிறிய அறை திறந்திருந்தது. அது அந்த மாடிக்கு வரவேற்பறை. அங்கு ஒரு ஆங்கிலோ இந்தியப் பெண் ஒரு மேஜைக்குப் பின்னால் அமர்ந்திருந்தாள். இவள் சிறிது தடிமனாக இருந்தாள். அப்படி இல்லாது போனால் கீழே இருந்த பெண்தான் ரகுநாதன் இந்த மாடியை அடைவதற்குள் ஓடி வந்து இங்கு உட்கார்ந்திருந்தாளோ என்று எண்ணத்தோன்றும். ரகுநாதன் அவளிடம் சென்று “எல்.சி. ராஜப்பாவைப் பார்க்க வேண்டும்,” என்றான்.

அவள் கண்களை அகலவிரித்துக்கொண்டு, “மானேஜிங் டைரக்டரையா?” என்று கேட்டாள்.

"ஆமாம்."

"தங்கள் பெயர்?"

ரகுநாதன் சொன்னான்.

அப்பெண் தன் மேஜை மீது விரித்திருந்த ஒரு பட்டியல்மீது கண்ணோட்டினாள். அவனைக் கேட்டாள். "இன்று பார்ப்பதற்கு முன்னமேயே ஏற்பாடு செய்யப்பட்டிருக்கிறதா?"

"இல்லை."

"அதான் பார்த்தேன்... தங்கள் பெயரே இந்தப் பட்டியலில் இல்லையே என்று. இன்று மிஸ்டர் ராஜப்பாவைப் பார்க்க முடியாது. அவர் ஒரு கான்பரன்சில் இருக்கிறார்..."

"கான்பரன்ஸ் முடிந்த பிறகு பார்க்கிறேன்..."

"முன்னேற்பாடு இல்லாமல் ஒன்றும் செய்யமுடியாது..."

"நான் அவரை முன்னேற்பாடு எதுவும் இல்லாமல் பார்க்க முடியும்..."

"யார் அப்படிச் சொன்னது?"

"அவரே சொல்லியிருக்கிறார்..."

அப்பெண் இலேசாகப் புன்னகை புரிந்தாள். பிறகு அவளுடைய மேசைக்குப் பக்கத்தில் இருந்த டெலிபோன் பெட்டியில் ஒரு விசையைக் கீழே தழைத்தாள். டெலிபோனை எடுத்துக் கொண்டு யாரிடமோ கொஞ்சினாள். ஒரு வார்த்தைகூட ரகுநாதன் காதில் விழவில்லை.

"நீங்கள் அவருடைய காரியதரிசியைப் பாருங்கள்" என்று ரகுநாதனிடம் சொன்னாள்.

"எப்படிப் போகவேண்டும்?"

"இதோ இந்த வழியாகப் போனால் இரண்டாவது கதவு."

ரகுநாதன் அப்பெண் காட்டிய திசையில் சென்றான். முழுத் தரைக்கும் கம்பளம் விரித்திருந்த படியால் சப்தமே எழுப்பாமல் நடக்க முடிந்தது. சுவரில் பல இடங்களில் இலேசாகச் சில குறியீடுகள் இருந்தன. அங்கே ஏதோ மாற்றம் செய்வதற்கு அல்லது புதுச் சாதனம் எதையோ பொருத்துவதற்காக இருக்கவேண்டும்.

ரகுநாதன் இரண்டாவது கதவைத் திறந்து உள்ளே பிரவேசித்தான். பெரிய அறை. ஆனால், கதவுக்கு மிக அருகாமை

யிலேயே அந்த அறைக்குள்ளே அதிகாரி உட்கார்ந்திருந்தார். "என்ன வேண்டும்?" என்று கேட்டார்.

"எல்.சி. ராஜப்பாவைப் பார்க்கவேண்டும்!" என்று ரகுநாதன் கூறினான்.

"எங்கிருந்து வருகிறீர்கள்?"

"தி. நகரிலிருந்து."

"இல்லை, எந்த நிறுவனத்தின் சார்பில் என்று கேட்டேன்."

"சொந்த விஷயமாகப் பார்க்கவேண்டும்."

காரியதரிசி பல்லைக் கடித்துக்கொண்டார். பிறகு இனிமையாகவே, "மன்னிக்க வேண்டும். தாங்கள் முன்னேற்பாடு செய்துவிட்டு வாருங்கள்!" என்றார்.

"எப்போது வேண்டுமானாலும் வந்து பார் என்று ராஜப்பா கூறியிருக்கிறார். என்னிடமே சொன்னார்."

"இருக்கலாம், ஆனால் நாங்கள் இதில் செய்வதற்கு ஒன்றும் இல்லை."

"முன்னேற்பாடு, முன்னேற்பாடு என்கிறீர்களே, என்ன செய்ய வேண்டும்?"

"மிஸ்டர் ராஜப்பா அதிக அவகாசம் இல்லாதிருப்பவர். மிகுந்த ஜோலிகள் உடையவர்."

"சரி. இப்போதுதான் ஏற்பாடு செய்யுங்கள்."

"என்ன விஷயமாக அவரைப் பார்க்க விரும்புகிறீர்கள்?"

"சொந்த விஷயமாக."

"என்ன மாதிரியான சொந்த விஷயம் என்று சொல்ல முடியுமா?"

"எனக்கு வேலை வேண்டும்..."

இதைச் சொன்னவுடன் காரியதரிசியின் முகமே மாறிவிட்டது. "வெளியே போ..." என்றார்.

"என்ன?"

"வெளியே போ என்றேன்... அனாவசியமாக எங்கள் நேரத்தை நீ வீணடித்திருக்கிறாய். இங்கே வேலை காலி இல்லை என்று பெரிதாக வாசலிலேயே போர்டு மாட்டியிருக்கிறது."

ஆகாயத் தாமரை

“எனக்கு ராஜப்பாவைப் பார்க்கவேண்டும்.”

“என்னால் ஒன்றும் செய்ய முடியாது. தயவு செய்து வெளியே போ.”

இனி அவர் கடுமையான முறைகளைப் பயன்படுத்தத் தயங்கமாட்டார் என்று ரகுநாதனுக்குத் தோன்றியது. ராஜப்பா அன்று எவ்வளவு பரிவாகப் பேசினார்... எப்படி அவனைத் திரும்பத் திரும்ப இழுத்து வைத்துப் பேசினார்... எப்படி எல்லாம் புத்திமதிகள் கூறினார்... எவ்வளவெல்லாம் வாக்குறுதிகள் தந்தார்... இதையெல்லாம் எப்படி இவர்களுக்குத் தெரிவிப்பது?

ராஜப்பாவின் வீட்டைத் தெரிந்துகொண்டு அங்கே போய்ப் பார்த்து விடுவோமா? அங்கு மட்டும் எப்படி உள்ளே நுழைய முடியும்? அங்கேயும் இங்கு மாதிரிக் காவல்காரர்கள், வரவேற்பாளர்கள், காரியதரிசிகள் இருக்க மாட்டார்களா? அவன் சொல்வதை நம்பி யாரும் அவனை உள்ளே விட்டுவிடப் போவதில்லை. அப்படியானால் திருடன் போலத்தான் உள்ளே போய்விட வேண்டும் போலிருக்கிறது. திருடர்கள் எப்படி வீட்டுக்குள் நுழைவார்கள்? எந்தத் திருடன் இதை நமக்குச் சொல்லித்தர முன் வருவான்?

ரகுநாதன் சோர்வடைந்து நின்றான். வெளியே போ என்று ஒரேயடியாகச் சொன்ன காரியதரிசியைத் திருப்பி மடக்க அவனுக்குப் பல முறைகள் தோன்றினாலும் அவற்றில் எதையும் பயன்படுத்த வேண்டும் என்ற உந்துதல் அறவே இல்லாமல் போய்விட்டது. ஒவ்வொரு முறையும் இப்படித் திருப்பிப் பேசுவதால் நிலைமை இன்னமும் சிக்கலானதாக மாறி விடுகிறது. சிக்கல் வேண்டாம் என்று நினைத்தால் முதல் வரவேற்பே சிக்கல் பொருந்தியதாக நேர்ந்து விடுகிறது.

ரகுநாதன் இனி திரும்பி விடவேண்டியதுதான் என்ற முடிவுக்கு வந்தான். ஒரு கணம் காரியதரிசியின் முகத்தை உற்றுப்பார்த்தான். அந்த ஒரு முகத்திலேயே பல முகங்களைப் பார்க்க முடியும்போலிருந்தது. ஆங்கிலோ இந்தியப் பெண்கள், மீசை வைத்த, சீருடை அணிந்த சேவகர்கள், காவல்காரர்கள் இன்னும் யாராரோ தோன்றினார்கள். ஆனால், ராஜப்பா முகம் மட்டும் காணோம்.

ஆனால், அவனோ ராஜப்பா முகத்தைச் சரியாகப் பார்த்தது கிடையாதே. அன்று இரவு அவர் முகம் எங்கே சரியாகத் தெரிந்தது? அவர் பேச்சுத்தான் கேட்டது. ஆனால் அதையும், அவர் பேசியதையும், சரியாகக்கேட்டுக் கொள்ளவில்லை. ஆனால்,

ஒன்றும் மட்டும் நிச்சயம். அவர் அவனுக்கு ஒரு போஷகராக, பாதுகாவலராகத் தன்னை நியமித்துக்கொண்டார். 'எப்போது வேண்டுமானாலும் வா. உனக்கு என் உதவி எப்போதும் காத்துக் கொண்டிருக்கும்.' உதவி காத்துக்கொண்டிருக்கலாம். ஆனால், நீங்கள் காத்திருக்கவில்லையே! உங்களைப் பார்க்கவே முடியவில்லையே!

ரகுநாதன் காரியதரிசியிடம் "உங்களுக்குத் தொந்தரவு கொடுத்ததற்கு மிகவும் வருந்துகிறேன். நன்றி!" என்று சொன்னான். அவர் அதைக் கல்லாக அமர்ந்து பெற்றுக்கொண்டார். ரகுநாதன் வெளியே செல்லக் கதவைத் திறந்தான். அப்போது காரியதரிசி அறையின் இன்னொரு பக்கத்துக் கதவு திறந்தது. அங்கே வாயிற் படியில் ஒரு பெரிய மனிதர் நின்றார். காரியதரிசி அறைக்குள்ளிருந்த காற்றே ஒரு புதுத் தன்மையும் மணமும் கொண்டதாயிற்று.

காரிய தரிசி எழுந்து நின்றார். அந்தப் பெரிய மனிதர் ஒரு சிறு காகிதத்துண்டைக் கொடுத்தார். காரியதரிசி மிகக் கவனமாக அதைப் படித்தார். அதில் உள்ள வாசகங்களை உடனே பூர்த்திசெய்து விடுகிறேன் என்று சொல்வது போல, "எஸ் சார்," என்றார்.

அப்பெரிய மனிதர் அப்படியே திரும்பிச் செல்லவிருந்தார்.

ரகுநாதன் அவர் பக்கம் ஓரடி எடுத்து வைத்தான். "சார்" என்றான். அவனைப் பிடித்துவைத்துக் கொள்வது போலக் காரியதரிசி பாய்ந்து வந்தார்.

அந்தப் பெரிய மனிதர், ஆங்கிலத்தில், "என்னைக் கூப்பிட்டாயா?" என்று கேட்டார்.

"மிஸ்டர் ராஜப்பா, என்னைத் தெரியவில்லையா?" என்று ரகுநாதன் கேட்டான்.

ஆகாயத் தாமரை

7

அவனைத் தெரிந்துகொண்ட அடையாளம் அந்த முகத்தில் ஒரு சதவீதம் கூடக் காணப்படவில்லை. யாரோ ஒரு அந்நியனை — அப்படிக் கூட அல்ல — ஓர் அற்ப ஜந்துவைப் பார்ப்பது போன்ற அலட்சிய நோக்கைத்தான் பார்க்க முடிந்தது. ஒருவேளை, பணக்காரர்களுக்கே உரிய முகபாவம் அதுதானோ என்னவோ?

இருந்தாலும் ரகுநாதன் இன்னும் நம்பிக்கையைத் தளரவிடவில்லை. அவனுடைய அப்போதைய நிலைமை காரணமாக அது ஆழமாக வேரோடிப் பதிந்திருந்தது.

"சார்! அந்த கிளப்பில் சந்தித்த போது, என்னை வரச்சொன்னீர்களே" என்று துணிந்து கேட்டுவிட்டான் — ஆங்கிலத்தில்தான்.

அப்போதும் அந்த முகத்தில் எந்தவிதச் சலனமும் ஏற்படவில்லை. அதை மேற்கொண்டு ஆராய்ச்சி செய்யவிடவில்லை அந்த விசுவாசம் உள்ள காரியதரிசி. வந்த வேகத்தில் அவனை முதலைப் பிடியாகப் பிடித்துவிட்டார்.

அவர் பிடித்த பிடியில் உடுப்பு மட்டுமா கசங்கியது? அப்படியே பூமி பிளந்து தன்னை விழுங்கி விடாதா என்று தோன்றியது. காரியதரிசியின் பிடி

இறுகி, அவன் மூச்சுத் திணறுவதற்குள், பெரிய மனிதர் ராஜப்பா வாய் திறந்தார்.

"விடு அவனை" என்று கட்டளையிட்ட ராஜப்பா, "உன்னை யார் இங்கே வரவிட்டது? கலாட்டா செய்யாமல் மரியாதையாகப் போய்விடு" என்று சொல்லி முடிப்பதற்குள் இன்னும் நின்றால் கல்தா கொடுப்பேன் என்ற பாவனையில் காரியதரிசி மறுபடி அவன் மீது பாய்வதற்குத் தயாராய் இருந்தார்.

அவருக்கு ஏன் வீண் சிரமம் என்று அவனே திரும்பினான். கண் இருண்டது. லிப்ட் என்று ஒன்று இருப்பதே தெரியவில்லை. வேகமாகப் படிக்கட்டை நோக்கி ஓடினான். அவன் செய்த பாபம் எதற்கோ பரிகாரமாக அப்படிப் படிக்கட்டில் இறங்குவதாகத் தோன்றிற்று.

உலகத்தின் மீது அளவற்ற கோபம் வந்து உலகத்தைப் பழிவாங்கும் பொருட்டுத் தன்னைத்தானே வருத்திக்கொள்வது போலவும் இருந்தது. ஒவ்வொரு மாடிக்கும் இருபது படிகள். ஐந்து மாடிகளுக்கு நூறுபடிகள். அந்த ஒரு கட்டிடத்திலேயே அவனுடைய கால்கள் நூறு முறை நீட்டி மடிக்கப்பட்டுச் செயல்படுத்தப்பட்டிருக்கின்றன. லிஃப்டில் இறங்கியிருந்தால் படிக்கட்டே கிடையாது. சொகுசாக இறங்கியிருக்கலாம். வயிறு ஒருமுறை சுருங்கி அல்லது விரிந்து துடித்திருக்கும். ஒருவரை எட்டி உதைப்பதற்குக்கூடக் காலை நீட்டி மடக்க வேண்டியிருக்கிறது. அப்படியென்றால் அவன் நூறுமுறை யாரையோ உதைத்த மாதிரி ஆகிறது. அல்லது நூறு பேரை உதைத்த மாதிரி ஆகிறது. முதலில் ராஜப்பா, இல்லை, பாலகிருஷ்ணன், இல்லை, தன்னை இப்படி வம்பில் மாட்டிவிட்டிருக்கும் ஜெயராமன், இல்லை, தன்னை வேலையிலிருந்து சஸ்பெண்டு செய்ய வைத்த மானேஜர், டைரக்டர், காவல்காரர்கள், சேவகர்கள், ஆங்கிலோ இந்தியப் பெண்கள், ரிக்ஷாக்கார முனுசாமிதான் அன்பாக இருந்தான். ஒரு அரை மணி நேரத்திற்கு அந்த மகத்தான இரவன்று ராஜப்பாவும் அன்பாகத்தான் பேசிய மாதிரி இருந்தது. ஒரு ஒற்றுமை, ராஜப்பா – முனுசாமி இருவரும் குடிகாரர்கள். இன்றுகூட ராஜப்பா குடித்திருக்கிறாரா? அதனால்தான் தன்னை அடையாளம் கண்டுகொள்ள முடியவில்லையோ?

ரகுநாதன் கால் கடுக்க அந்த மாபெரும் கட்டிடத்திற்கு வெளியே வந்து நேதாஜி சுபாஷ் சந்திரபோஸ் சாலையை அடைந்தான். அங்கே நடைபாதையில் நின்று கொண்டு அடுத்து என்ன செய்யலாம் என்று யோசித்தான்.

அது சென்னை நகரத்திற்கு மிக மும்முரமான வேளை. நேதாஜி சாலையில் எல்லாவிதமான போக்குவரத்தும் எல்லாத் திசைகளிலும் விரைந்து சென்றுகொண்டிருந்தன. இவ்வளவு குழப்பமாகச் செல்லும் வண்டிகளும் மனிதர்களும் எப்படி மோதிக் கொள்ளாமல் இருக்கிறார்கள் என்று வியப்பாக இருந்தது. ஒரு நிமிடத்திற்கு ஒரு விபத்து நிகழவேண்டியது எப்படித் தவிர்க்கப்படுகிறது என்று ஆச்சரியமாக இருந்தது.

ரகுநாதன் நடைபாதையோரமாக நடந்து செல்ல ஆரம்பித்தான். பிரம்மாண்டமான பல மாடிக் கட்டிடங்கள் எதிரிலேயே நடைபாதைப் புழுதியில் ஏராளமான கடைகள் விரிக்கப்பட்டிருந்தன. பனியன்கள், பிளாஸ்டிக் பொருள்கள், கைக்குட்டைகள், சீப்புகள், ரிப்பன்கள், அரைஞாண் கயிறுகள், சிறுசிறு பொம்மைகள், அலுமினியப் பாத்திரங்கள்... இத்துடன் சில பழக்கடைகள், புத்தகக் கடைகளும் இருந்தன. ரகுநாதனுக்கு இவர்கள் ஒவ்வொருவரும் விசேஷமான மனிதராகத் தென்பட்டனர். அநேகமாக எல்லாக் கடைக்காரர்களும் இளைஞர்கள். சிலர் நடுத்தர வயதினர். இவர்கள் ஒரு காரியாலயத்திலோ தொழிற்சாலையிலோ வேலைக்கென்று செல்லவில்லை. கையிலிருக்கும் சிறிது முதலைக் கொண்டு பொருள்கள் வாங்கி அதை விற்பதில் ஜீவனம் காண முடிவு செய்தவர்கள். இப்படி ஒரு சாக்கை விரித்து அது நிறையப் பொருள்களைப் பரப்பியிருக்கிறார்களே, இதையெல்லாம் விற்க எவ்வளவு நாட்கள் ஆகும். இதில் எவ்வளவு இலாபம் வரும், இவர்கள் எப்படித்தான் தாங்களும் உண்டு, தம் குழந்தை குடும்பத்தினரையும் உணவேற்க வைக்கிறார்கள்? இவர்கள் எங்கு வசிக்கிறார்கள்? எப்படி வசிக்கிறார்கள்? இவர்களுக்குக் காலை நீட்டிப் படுக்க இடம் உண்டா? தனிமையில் நிம்மதியாகக் கண்ணயர முடியுமா?

ஒவ்வொரு கடைக்காரனையும் ரகுநாதன் தன்னோடு ஒப்பிட்டுப் பார்த்தான். அவர்கள் எல்லோரும் அவனைவிட ஒல்லியாகத்தான் இருந்தார்கள். அவனைவிட உயரத்தில் குறைவாக இருந்தார்கள். அவர்கள் மேனி அவர்கள் உண்டு வளர்ந்திருக்கும் உணவின் தன்மையைத் தெரிவித்தது.

ரகுநாதனுக்குப் பெரும் பச்சாதாப உணர்ச்சி ஏற்பட்டது. அதே நேரத்தில் மனதில் உறுதியும் வளர்ந்தது. அவனும் இந்த நகரில், இந்த நாட்டில், இந்த உலகில் உள்ள எண்ணற்ற ஏழை எளியவர்கள் போல வாழ்க்கையைத் தொடர்ந்து வாழ்வான். படிப்போ குடும்ப பலமோ இல்லாத இவ்வளவு எளியவர்கள் சிறு வியாபாரிகளாக மாறித் தங்கள் முயற்சியிலேயே வயிறு

கழுவத் துணிவு கொண்டிருக்கும் போது பட்டதாரியான அவன் ஏன் அவர்களைப் போல் துணிவோடும் தைரியத்தோடும் இருக்கக்கூடாது?

ரகுநாதனுக்கு அவனுடைய சிந்தனைகள் பற்றியே சந்தேகம் வந்தது. இன்று அவன் மனம் அவனுக்குப் பழக்கமில்லாத தடங்களிலெல்லாம் சிந்தனையை இழுத்துச் செல்கிறது. திடீரென்று உற்சாகம், திடீரென்று மன உறுதி, திடீரென்று பச்சாதாபம், திடீரென்று ஏழை எளியவர்கள் பற்றிய உணர்வு – இதெல்லாம் எந்த அளவு உண்மையான அறிவின் அடிப்படையில் வேரூன்றியிருக்கின்றன?

ரகுநாதன் நடைபாதையில் நின்ற இடத்தில் மிகப் பழைய மாதா கோயில் ஒன்று இருந்தது. உண்மையில் அதை மாதா கோயில் என்று சொல்லக்கூடாது. ஆனால், தமிழ் வழக்கில் கிறிஸ்தவர்கள் தொழுகை இடம் என்று சொல்லலாம்.

அதன் முன்னால் ஓர் ஆலமரம் விழுதோடிப் படர்ந்திருந்தது. மிகவயதானதாகத் தோற்றமளித்த அந்த மரம் இன்னும் சாக மனமின்றித் தன் விழுதுக் கைகளால் பூமித் தாயை இறுகப் பிடித்துக் கொண்டு காட்சியளித்தது.

இதுவரையில் கதிரவனின் கொடூரத் தாக்குதலுக்கு ஆளாகிச் சோர்ந்த அவன் அதனடியில் நுழைந்ததும் ஏற்பட்ட சுகம்... அப்பப்பா! இதுவரையில் இருந்து வெளியேறிய அந்த ஏர்கண்டிஷன் அறையில்கூட இல்லை என்பது ரகுநாதனுக்குப் புரிந்தது. அப்படியே அங்கு அமர்ந்துவிடலாமா என்று துளிர்த்த ஆசை, அவன் வேலை தேடிச் செல்ல அணிந்திருந்த கோட்டு, சூட்டு உடையைப் பார்த்ததும், அப்படியே மொட்டிலேயே கருகிவிட்டது. சே! நான்கு பேர் பார்த்தால் என்ன சொல்வார்கள்" என்ற அந்தஸ்து எண்ணங்கூட ஏற்பட்டது.

தன்னை மறந்த நிலையில் அவன் உலாவத் தொடங்கினான். நான்கு அடிகூட எடுத்து வைத்திருக்கமாட்டான்.

"சார்! உங்க கையைக் கொடுங்க" என்ற குரல் அசரீரி போல் கேட்டது. சுற்றிலும் அவன் கண்கள் சுழன்றன. அடி மரத்தையொட்டி அமர்ந்திருந்த ஒரு கைரேகைக்காரன்தான் அப்படிக் கூப்பிட்டிருக்கிறான்.

"என் கையா? எதுக்கு?" என்று ரகுநாதன் கேட்டான்.

"உன் வலது கைக் கட்டை விரலைப் பாரு."

ரகுநாதன் வலது கைக் கட்டைவிரலைப் பார்த்தான். அது எப்போதும் போல வலது கைக் கட்டைவிரலாக இருந்தது.

"என்னாச்சு அதுக்கு?" என்று கேட்டான்.

"அதுலே ஒரு இஸ்டார் இல்லே?"

"இஸ்டாரா?"

"ஆமாம்... நட்சத்திரம்."

"நட்சத்திரமா? விரலிலா?"

"ஆமாம். கையை நீட்டு, நான் காட்டறேன், நட்சத்திரம்."

"உனக்கு எப்படித் தெரியும் என் கட்டை விரல்லே நட்சத்திரம் இருக்கு என்று?"

"உம் மூஞ்சியைப் பார்த்தாலே சொல்லிடலாமே! இன்னும் உன் உடல்லே என்னென்ன இருக்குன்னு சொல்லட்டுமா?"

"முதல்லே விரல்லே எங்கே நட்சத்திரம் இருக்குன்னு காண்பி."

"இதோபார். இந்தக் கோடு தெரியுதா? இதோ இங்கே இன்னொரு கோடு தெரியுதா?"

"எங்கே ஒரு கோடும் தெரியலையே?"

"இதோ பார். இந்தக் கோடு தெரியுதா? பூதக் கண்ணாடி வழியாய்ப் பார். கோடு தெரியுதா?"

"சரி, தெரியுது."

"என்ன தெரியுது?"

"கோடு தெரியுது."

"இன்னும் என்ன தெரியுது?"

"என் விரல் அவ்வளவு சுத்தமா இல்லே. ஏதோ வண்டி மசையோ இங்கியோ இருக்கு."

"அதைச் சொல்லலை. நட்சத்திரம் பாத்தியா?"

"எங்கே?"

"இங்கே." இப்போது அந்தக் கைரேகைக்காரன் ஒரு சிறு குச்சி கொண்டு ரகுநாதனின் கட்டைவிரலில் சில இடங்களைச் சுட்டிக் காட்டினான். பூதக்கண்ணாடி வழியாக விரலும் கையில்

உள்ள கோடுகளும் அந்தக் குச்சியும் பல மடங்கு பெரிதாகத் தெரிந்தன. ரகுநாதனுக்குத் தூக்கிவாரிப் போட்டது. அந்தக் கைரேகைக்காரன் கூறியது சரிதான். அவனது வலது கைக் கட்டை விரலில் உள்ள பல்வேறு கோடுகளை ஒரு முன் திட்டத்தோடு பார்த்தால் அந்தக் கோடுகள் சிறிதாக ஐம்முனை கொண்ட ஒரு வடிவத்தை உண்டு பண்ணியதைக் காண முடிந்தது. அது தான் நட்சத்திரம்.

"நட்சத்திரம் இருந்தா என்ன?" என்று ரகுநாதன் கேட்டான்.

"மூணுகேள்விக்கு ஒரு ரூபா. முழுக்கையும் பார்த்துச் சொல்லணும்னா அஞ்சு ரூபா."

"ஒரு கேள்விக்கு எவ்வளவு?"

"நீ ஒரு கேள்விதான் கேளு, இரண்டுதான் கேளு, இல்லே மூணுதான் கேளு; மூணு கேள்விக்கு உள்ள அதே ரேட்டுத்தான். கையைத் தொட்டாலே ஒரு ரூபாதான்."

"அப்போ ஒரு கேள்விக்குச் சொல்ல மாட்டாயா?"

"அதான் சொன்னேனே, கையைத் தொட்டாலே ஒரு ரூபா."

"ரூபா கூபாவெல்லாம் ஒண்ணும்கிடையாது."

"அதெப்படிக் கிடையாது? கையைக் காமிச்சுப் பார்த்துக்கினு ரூபா தரமாட்டேன்னு சொன்னா எவன் ஒத்துப்பான்?"

"யாரு கையைக் காமிச்சான்?"

"நீ காமிக்கலே? உனக்கு இஸ்டாரு ஓடறதை நான் காமிக்கலே?"

"நீதானே நான் போறவனைக் கூப்பிட்டுக் கையைக் காண்பிக்கச் சொன்னே?"

"என்னய்யாது, சூட்கோட் போட்டுண்டு ஜெண்டில்மேன் மாதிரி இருக்கே, இப்படி ராங்காப் பேசறியே? நீ கையைக் காமிச்சு இஸ்டாரு பாத்துக்கலே? உன்கையிலே நான் இஸ்டாரு ஓடறதைக் காமிக்கலே?"

"நான் கேக்கலையே?"

"நீ கேட்டுத்தானேய்யா நான் இவ்வளவு நேரம் உம்மேலே வேஸ்டு பண்ணினேன். இத்தினி நேரத்திலே எவ்வளவு பேரு கையைக் காமிச்சுண்டு போவாங்க? எடுய்யா ரூபாயை."

"எதுக்கு?"

ஆகாயத் தாமரை

"எதுக்கா? என்ன நீ பெரியரௌடித்தனம் பண்றே?"

"ஏய், யார் ரௌடி?"

இதற்குள் ரகுநாதனையும் அந்தக் கைரேகைக் காரனையும் சுற்றி ஒரு சிறு கூட்டம் கூடிவிட்டது. நிஜ கோர்ட்டுகளில் வழக்குகள் உள்ளவர்கள் கூட இந்தத் தெரு வழக்கை வேடிக்கை பார்க்கக் கூடியிருந்தார்கள்.

கைரேகைக்காரன் கூடியவர்களை மத்தியஸ்தத்திற்கு அழைத்தான். "பாருங்க சாமி. சாரு சொன்னாரேன்னு கையிலே ஓடற இஸ்டாரு எடுத்துக் காமிச்சேன். இஸ்டார் எல்லாக் கையிலேயுமா இருக்குது? நல்ல மனுஷனா இருப்பான்னு முதல்லே துட்டு வாங்கிக்காமே கையைப் பாத்துச் சொன்னா இப்ப துட்டு தர மாட்டேன்றாரு. நீங்களே நாயம் சொல்லுங்கசாமி." – கைரேகைக்காரனின் குரல் ஓயவில்லை. அவனுக்கு நல்ல வளமான சாரீரம். அவன் குரலுக்கு முன் ரகுநாதன் குரல் எடுபடவில்லை.

கூடியிருந்த கூட்டத்தாருள் இரண்டொருவர் தங்களைத் தாங்களே கௌரவ மாஜிஸ்திரேட்டாக நியமித்துக்கொண்டார்கள் போலிருக்கிறது. உடனே விசாரணையைத் தொடங்கிவிட்டார்கள். கோர்ட்டிலே தானே வாய்தா போட்டு வழக்கைப் பல வருடங்கள் இழுத்தடிப்பார்கள். இங்கே உடனே விசாரணை – அந்த இடத்திலேயே தீர்ப்பு.

"வெள்ளையும் சொள்ளையுமா போட்டுக்கிட்டு உல்லாசமாக ஊர் சுற்றினால் போதுமா. செய்த வேலைக்குக் கூலி கொடுக்க வேணாமா?" – இது ஒருவர் தீர்ப்பு.

"ஏழைகள் வயிற்றில் அடிக்க இப்படி எத்தனை பேர் கிளம்பியிருக்கிறீர்களோ?" – இது ஏழை "அனுதாபி" ஒருவரின் தாக்குதல்.

"இவர்களையெல்லாம் சும்மாவிடக் கூடாது" என்று மூன்றாமவர் தண்டனை பற்றித் தூண்டியவுடன், அதற்குத் துணை போகும் அசுரத்தனமான ஆவலை மற்றவர்களின் முகத்தில் பார்த்ததும் ரகுநாதன் நம்பிக்கை ஆட்டங்கண்டுவிட்டது.

இனித் தாக்குப் பிடிக்க முடியாது என்ற நிலையில், கோட்டுப் பைகளைத் துளாவி, இருந்த ஒரு ரூபாயை எடுத்து எறிந்தபின்தான் அவர்கள் ஆளை விட்டார்கள் "தொலைந்துபோ" என்ற ஏளனச் சொல்லோடு.

என்ன உலகமடா இது? அடித்துப் பிடுங்குவது போல் அல்லவா அபகரித்துக் கொண்டார்கள். இனி இந்த நிழலும் வேண்டாம். அது தரும் சுகமும் வேண்டாம். அங்கு நிற்கவே அவனுக்கு வெட்கமாக இருந்தது. கால் போன போக்கில் நடந்தான்.

ஆனால், அந்த விரல் – அதிலுள்ள ஸ்டார் – அதனால் விளையக்கூடிய அதிர்ஷ்டம் – கார் – பங்களா. அதன்பின் இந்த ராஜப்பாவை நேருக்கு நேர் சந்திக்க வேண்டும். எண்ணம் விரிந்தது; இன்னொரு கைரேகைக்காரனிடம் அதிர்ஷ்டத்தைச் சோதிக்கலாமா என்று. ஆனால், அதற்குப் பணம்?

எங்கே போகிறான் யார் யார் மேலோ மோதிக்கொண்டு? அவர்கள் பைத்தியத்தைப் பார்ப்பது போல் நோக்குவதையும் கவனியாமல் நடந்துகொண்டேயிருந்தான்.

திடீரென்று ஒரு கார் அவன்மேல் லேசாக மோதி நின்றது. தொடர்ந்து "குருட்டுத் தனமாகத் தெருவில் நடப்பது; பின் என் மேல் காரை ஏற்றிவிட்டார்கள் என்று கோர்ட்டுக்குப் போவது. முட்டாள்!" என்று ஒரு கோபக் குரல் கேட்டது. அந்தக் குரலில் இனிமையும் இழையோடியிருந்தது.

ரகுநாதன் இந்த உலகிற்கு வந்தான். மன்னிப்புக் கேட்கும் தோரணையில் "நான்..." என்று தொடங்கியதை, அவள் இடைமறித்தாள். அவள்தான் தனியாகக் காரோட்டியின் ஆசனத்தில் அமர்ந்திருந்தாள்.

அந்த இளவயதுப் பெண்ணின் விழிகள் வியப்பால் விரிந்தன "நீ...நீ?" என்றது அவள் வாய். ரகுநாதனுக்கு ஒன்றும் புரியவில்லை. இன்னும் அவன் பிரமையிலிருந்து முற்றாக விடுபடவில்லை. இருந்தாலும் தன்னை அறியாமல் பதில் சொன்னான்.

"நான்... நான்தான்."

"நீ... நீயென்றால்... ரகுநாதன்தானே?"

"என் பெயர் அதுதான். நீங்கள்... நீ."

"நான் மாலதி, ஞாபகம் இல்லையா?"

"மாலதி, எந்த மாலதி? கல்லூரியில்..."

"ஆம்."

"திடீரென்று காரோட்டும் காரிகையைக் கண்டதும்... மேலும் உடம்பு மெருகேறி உருவத்தை மாற்றியிருக்கிறது."

"விரும்பத்தக்க மாறுதல்தானே?"

"வெறுக்கத்தக்கதில்லை."

"இதென்ன பைத்தியக்காரன் போல் நடு வீதியில் நடந்து திரிகிறாய்?"

"இன்னும் கொஞ்ச நேரம் இப்படியே பேசிக்கொண்டிருந்தால் நீ சொன்னது உண்மையாகிவிடும். இப்போதே பார் நம்மைச் சுற்றி எத்தனை விழிகள் மொய்க்கின்றன; சுவாரஸ்யமாக ஏதாவது கிடைக்குமா என்று."

"சரி சரி. காரில் ஏறு!" என்று கூறிய மாலதி உடனே காரைக் கிளப்பினாள்.

ஒரு சிவப்புக் கட்டிடத்தின் அருகில் மாலதி காரை நிறுத்தினாள். இருவரும் இறங்கினார்கள்.

8

மாலதி கார் கதவுகளைப் பூட்டினாள். "ஏது இந்தப் பக்கம்?" என்று கேட்டாள்.

"ஏன் வரக்கூடாதா?" என்று ரகுநாதன் கேட்டான். உடனே ஏனிப்படிச் சாதாரணக் கேள்வியைக்கூட ஒரு மனஸ்தாபத்திற்கு வந்திடுகிற மாதிரி பதிலளிக்கிறோம் என்று எண்ணிக் கொண்டான்.

"அம்மா சௌக்கியமா?" என்று மேற்கொண்டு கேட்டாள்.

"சௌக்கியம்தான், போன வாரம் கொஞ்சம் பல்வலி!" என்று சொன்னான்.

"எனக்குக்கூட ஒரு பல் கூசுகிறது."

இருவருமாகச் சிறிது தூரம் நடந்துவந்து விட்டார்கள். மாலதி திடீரென்று சொன்னாள். "கொஞ்சம் கார் டிக்கியைச் சரியாகப் பூட்டியிருக் கிறதா என்று பார்த்துவிட்டு வருகிறாயா? நான் பார்க்க மறந்துவிட்டேன்."

ரகுநாதன் ஓடிப்போய்க் கார் பின்புறத் தாழ்ப்பாளைத் திருப்பிப் பார்த்தான். அது பூட்டாமல் தான் இருந்தது. அதை அறிந்து கொண்டு மாலதியும் அவனருகில் வந்தாள். சரியாகப் பூட்டிய பிறகு மீண்டும் இருவரும் நடக்க ஆரம்பித்தார்கள்.

"ஏதோ இண்டர்வியூவுக்கு வந்த மாதிரி இருக்கிறது" என்று மாலதிதான் மீண்டும் ஆரம்பித்தாள்.

"ஆமாம்... இல்லை இல்லை!"

"இண்டர்வியூவுக்கு வந்தால் இண்டர்வியூவுக்கு வந்தேன் என்று சொல்லி விட்டுப்போயேன்!"

"சரி, ஆமாம்."

"என்ன ஆயிற்று?"

"சரியாகத் தெரியவில்லை."

"என்ன வேலை?"

"அதுவும் சரியாகத் தெரியவில்லை!"

"சம்பளமாவது தெரியுமா?"

"ஊஹூம்."

"நீ நிஜத்தைத்தான் சொல்கிறாயா?"

"என்னைப் பார்த்தால் பொய் சொல்கிறவன் மாதிரி இருக்கிறதா?"

"இந்த ஹைகோர்ட்டு காம்பவுண்டு உள்ளே வந்து என்னைப் பார்த்தா பொய் சொல்லறவன் மாதிரி இருக்கா என்று கேட்கறதே பொருத்தமில்லாதது."

"ஏன்?"

"இங்கு எல்லாருமே பொய் சொல்கிறார்கள் என்ற அடிப்படையில்தான் வக்கீல் வாதம், குறுக்கு விசாரணை, சாட்சியம் எல்லாம் இருக்கிறது."

"உன் தொழில் எப்படி இருக்கிறது?"

"இன்னும் ஜூனியராகத்தான் இருக்கிறேன். வக்கீலாகிறது சாமான்யமாகவா இருக்கிறது?"

ரகுநாதன் பதில் தரவில்லை.

மாலதி கேட்டாள்: "உனக்கு அவசரமாக எங்காவது போகவேண்டுமா?"

"இல்லை."

"வேறு வேலையிருந்தால் எனக்காக நீ இருக்க வேண்டாம்."

“இல்லை, இல்லை, வேறு வேலை இல்லை.”

“இன்னிக்கு ஆபீஸ் லீவா?”

“இல்லை!”

“அப்போது ஆபீஸுக்குப் போக வேண்டாம்?”

“வேண்டாம்.”

மாலதி அப்படியே நின்று சிறிது கோபத்துடன் ரகுநாதன் முகத்தைப் பார்த்தாள். பிறகு மீண்டும் நடக்கத் தொடங்கினாள். “உனக்கு என்னோடு பேச இஷ்டமில்லையென்றால் பேச வேண்டாம்!”

“சரி.”

“என்ன சரி?”

“பேச இஷ்டமில்லையென்றால் பேசவில்லை!”

“அப்போது போயேன் உன் வழியைப் பார்த்துக்கொண்டு!”

“நீதானே கூப்பிட்டாய்?”

“கூப்பிட்டால் ஒவ்வொரு விநாடியும் என்னைக் கேலி செய்வது போலப் பேசினால்?”

“நான் கேலியாகவா பேசுறேன்?”

“இந்த ஐந்து நிமிடங்கள் நீ எனக்குச் சொன்ன பதில்களை எல்லாம் யோசித்துப் பார். உனக்கே தெரியும்!”

இதற்குள் அவர்கள் இருவரும் ஒரு சிவப்புக் கட்டிடத்தின் படிக்கட்டை அடைந்துவிட்டார்கள். மாலதி ரகுநாதனைத் திரும்பிப் பார்த்தாள். ரகுநாதன் கோபித்துக் கொள்ளாதே என்பதுபோல அவளைப் பார்த்தான். மாலதி தொடர்ந்து படியேறி உள்ளே சென்றாள். அவளுடன் ரகுநாதனும் சென்றான்.

வரிசையாக வக்கீல்கள் அறைகள். பல பெயர்ப் பலகைகள் மங்கிப்போய், பலகை விரிசல் கண்டு, எழுத்துக்கள் உதிர்ந்து காணப்பட்டன. அந்த வக்கீல்கள் எப்போதோ அந்த அறைகளைச் சம்பாதித்துக் கொண்டிருக்க வேண்டும். முப்பது நாற்பது ஆண்டுகளுக்கு முன்னால்கூட இருக்கும். இப்போதோ அங்கே ஒரு அறையும் காலி இருக்க முடியாது. ஆரம்பத்தில் அந்த வக்கீல்கள் ‘சேம்பர்ஸ்’ ஒருவருக்கு ஒரு அறை என்றுதான் இருந்திருக்க வேண்டும். அந்த நாட்களின் வழக்கப்படி பெரிதான விசாலமான உயரமான கூரையுடைய அறைகள். ஒவ்வொரு

கதவும் அரக்கர்களுக்காகச் செய்யப்பட்டதுபோல ஏழடி எட்டடி உயரம், நான்கடி ஐந்தடி அகலம். இன்று ஒவ்வொரு அறையும் ஒரு சிறு காரியாலயமாகக் காணப்பட்டது. இரண்டு அல்லது மூன்று பெரிய வக்கீல்கள் ஒரு அறையைப் பயன்படுத்தினார்கள். ஒவ்வொரு வக்கீலுக்கும் பல ஜூனியர்கள், வக்கீல் குமாஸ்தாக்கள், தட்டெழுத்தர்கள் இந்தக் கும்பலெல்லாம் போதாதென்று கட்சிக்காரர்கள் கூட்டம். அந்தக் கட்சிக்காரர்களுக்குத்தானே இவ்வளவு வைபவமும்? ஆனால், கட்சிக்காரர்கள் அந்த இடத்தில் யாதொரு கௌரவமும் சௌகரியமும் எதிர்பார்ப்பதாகத் தெரியவில்லை. அவர்கள் வெளி வராந்தாவில் மணிக்கணக்கில் பழியாகக் காத்துக் கிடந்தார்கள். அவர்களுடைய வக்கீலைக் கண்டால் எழுந்து நின்று உடலைக் குலுக்கி அறை உள்ளே போவார்கள். ஏதாவது காலி நாற்காலி இருந்தால்கூட உட்காரமாட்டார்கள். கைகள் எப்போதும் கும்பிடத் தயாரான நிலையில் இருக்கும்.

மாலதி ஒரு முழு வெராந்தாவைக் கடந்த பிறகு மாடிப்படி ஏறினாள். மாடிப்படி நிறையவும் மனிதர்கள். வழக்குப்போட்டவர்கள், வழக்கு இழைக்கப்பட்டவர்கள், சாட்சிக்காரர்கள், அவர்களுக்குத் தைரியமும் துணையும் தரக் கூடவந்த மனிதர்கள், இக்கும்பலில் நெளிந்து புகுந்து மாலதி மாடியை அடைந்தாள். ரகுநாதன் அவளுடைய வேகத்தில் அந்த மாடிப்படியை ஏறமுடியாமல் திணறினான். மாலதி மாடி வெராந்தாவில் நடந்து சென்றாள். கடைசியாக ஒரு அறையை அடைந்தபோது ரகுநாதனுக்காகத் திரும்பிப் பார்த்தாள்.

"இதுதான் உன் ஆபீஸா?" என்று ரகுநாதன் கேட்டான்.

"ஆமாம். ஒரு ஐந்து நிமிஷம் இங்கே இருக்கிறாயா? நான் உடனே வந்து விடுகிறேன்."

"சரி."

ரகுநாதன் மாடி வெராந்தா கைப்பிடிச் சுவர்களில் சாய்ந்துகொண்டு கீழே வந்து போகும் மனிதர்களை வேடிக்கை பார்க்க ஆரம்பித்தான்.

மாலதி அந்த அறையுள் நுழைந்தாள். அவளைக் கண்டு அந்த அறையில் பல உற்சாகக் குரல்கள் எழுந்தன. அதிலிருந்து அப்போது அந்த அறையில் பெரிய வக்கீல்கள் யாரும் இல்லை என்று புலப்பட்டது.

ரகுநாதன் அந்த அறைக்குள் பார்க்காமல் வெறும் வெராந்தாவையும் வெளியிடங்களையும் வேடிக்கை பார்த்து

நின்றான். கீழே பார்க்க மிகவும் அழகாகத்தான் இருந்தது. கவனிப்பார் அதிகம் இல்லாதிருந்தும் அங்கே புல்வெளி, வேலிச் செடிகள், சில மரங்கள், ஒரு சீராக எல்லாக் கட்டிடங்களுக்கும் பூசப்பட்ட செங்கற் காவி நிறம் எல்லாம் சேர்ந்து அந்த இடத்திற்கு ஒரு தனியழகு தந்தன. மனிதர்கள் போக்குவரவு மிக விறுவிறுப்பாக நடந்தது. தலைப்பாகை அணியும் மனிதர்கள் சென்னையில் இவ்வளவு பேர்கள் உண்டா என்று வியக்கும்படி பல வக்கீல்கள் தலைப்பாகை அணிந்திருந்தார்கள்! குள்ளமாயுள்ளவர்களை உயரமாகவும் உயரமாக உள்ளவர்களை இன்னும் உயரமானவர்களாகவும் இத்தலைப்பாகைகள் மாற்றின.

அங்கு பழங்காலத்தில் உடை உடுத்திய மனிதர்களைப் போல பழங்காலத்திய மோட்டார் கார்களும் பல இருந்தன. இருபது முப்பது வருடப் பழைய கார்கள். சில இன்னும் கூடப் பழையதாக இருக்கக் கூடும். ஆஸ்டின் கார்கள், ஹில்மன் கார்கள், வுஸ்லி, ஹம்பர்... ரகுநாதனுக்கு விந்தையாக இருந்தது. நீதி ஸ்தலங்கள் எவ்வளவு விதங்களில் பழைமையைப் போற்றிப் பேணும் இடங்களாக இருக்கின்றன! ஏதோ ஒரு விதத்தில் இந்தப் பழைமைதான் மனிதனின் நியாய உணர்வில் நம்பிக்கை ஊட்டுவதாக இருக்கிறது!

நியாயம் என்னும் எண்ணம் மனத்தில் தோன்றியபோது ரகுநாதனுக்குத் தன் சொந்த சிக்கல்கள் நினைவுக்கு வந்தன. எது நியாயம், எது அநியாயம்? சரி, நியாயம் அநியாயம் இரண்டும் கலந்து இருந்தால் யார்பக்கம் அதிகம் நியாயம் இருக்கிறது? அவன் வேலை பார்த்துவந்த நிறுவனம் சட்டங்களை மிகவும் மதிக்கும் நிறுவனம்தான். அதனுடைய கணக்குகள், நிதிவரவு செலவுகள் எல்லா விதமான அரசுவரி அதிகாரிகளிடமும் ஒப்புதல் பெற்றவைதான். ஆனால், அது ஒன்றே ஒரு நிறுவனமோ நபரோ முழுக்க முழுக்க நாணயமானவன் என்று கூறிவிட முடியுமா? அகப்பட்டுக் கொள்ளாதவரைதான் ஒருவன் யோக்கியன்... அவனை ஏதோ அற்பத் தொகைக்காக வேலையை விட்டே நீக்கிவிட்டார்கள். அந்த நான்கு நாட்கள் அவன் ஓவியக் கண்காட்சிக்குப் பணி புரிந்ததில் மொத்தம் ஒரு நூற்றைம்பது ரூபாய்ப் பயன்கூட அடைந்திருக்க மாட்டான். நூற்றைம்பது ரூபாய்காக ஒருவனுடைய எதிர்காலத்தையே கசக்கித் தூர எறிந்து விட்டார்கள்! அப்புறம் இந்த ராஜப்பா. ஆனால், ராஜப்பாவை எப்படிக் குறை கூற முடியும்? அவரைச் சந்தித்தது நல்ல இருட்டில், அவர் முழுப் போதை—ஏதோ பேச்சு கோர்வையாக அர்த்தமுள்ளதாக இருந்தது என்பதற்காகவே அவர் சுய நினைவுடன் சொன்னார் என்று நினைத்துக்கொள்ள

முடியாது. இன்றுகூட அவரைப் பற்றி உறுதியாக ஒன்றும் சொல்ல முடியாது. ராஜப்பா...

அப்போது மாலதி ரகுநாதனிடம் வந்து "ரகு," என்று கூப்பிட்டாள். ரகுநாதன் திடுக்கிட்டுத் திரும்பினான்.

"போகலாமா? என்ன பலமான யோசனை?"

"நான் உன்னுடன்வருகிறேன். தயவுசெய்து என்னைக் கேள்விகள் மட்டும் கேட்காதே..."

"சரி... சரி... நீயும் என்னைக் கேள்விகள் கேட்காமல் இரு பார்க்கலாம்..."

"பார்க்கலாம்!"

மாலதி சிரித்துக்கொண்டே முன்னே நடந்தாள். இப்போது அவளும் வக்கீல்களின் கறுப்பு அங்கியை அணிந்துகொண் டிருந்தாள். கையில் நிறையக் காகிதக் கட்டுகளை வைத்திருந்தாள். அவை மடிக்கப்பட்ட விதம், அவற்றின் நீளம் இது இரண்டுமே அவை வழக்குகள் – காகிதங்கள் என்று பகிரங்கப்படுத்தின.

மாலதி அந்தக் கட்டிடத்தை விட்டு வெளியேறி இன்னொரு சிவப்புக் கட்டிடத்தினுள் நுழைந்தாள். அங்கேதான் சிவில் கோர்ட்டுகள். எங்கே வழக்கு நடக்கிறது. எங்கே வெறும் காரியாலயம் என்று தெரியாதபடி எல்லா இடங்களிலும் தாறுமாறாக மக்கள் கும்பல். மாலதி ஒரு கோர்ட்டினுள் நுழைந்தாள். ரகுநாதனும் உள்ளே சென்றான்.

"நீ இப்படியே நின்று கொண்டு வேடிக்கை பார். இல்லாது போனால் அங்கே கிடக்கும் பெஞ்சில் சிறிது உட்கார இடம் சம்பாதி. நான் என் வேலையை முடித்துவிட்டு வருகிறேன்," என்றாள்.

"உனக்கு இங்கு என்ன வேலை?" என்று ரகுநாதன் கேட்க நினைத்தான். ஆனால், இப்போதுதான் அவள் சவால் விட்டிருக்கிறாள். இவனும் பதில் சவால் விட்டிருக்கிறான். அதற்குள் தோல்வியை ஒப்புக்கொண்டுவிடுவதா?

அரைவட்ட வடிவத்தில் போடப்பட்டிருந்த நாற்காலிகள் ஒன்றில் மாலதி சென்று உட்கார்ந்து கொண்டாள். அங்கே ஏற்கனவே உட்கார்ந்த மற்ற வக்கீல்கள் அவளைக் கவனித்ததாகவே தெரியவில்லை. அவளும் அவர்களை இலட்சியம் செய்ததாகவே தெரியவில்லை.

அங்கு நடப்பதை நின்று பார்த்துக்கொண்டிருந்த கும்பலில் ரகுநாதனும் சேர்ந்துகொண்டான். நீதிபதி ஏதோ

வெட்ட வெளியைப் பார்த்த மாதிரி உட்கார்ந்திருந்தார். அவருடைய உயரமான மேசைக்குக் கீழே இன்னொரு மேசை. அங்கே உட்கார்ந்திருந்த குமாஸ்தாதான் வேலை செய்து கொண்டிருப்பவராகத் தோன்றினார். அவர் ஏதோ எண் கூறிச் சில பெயர்களைக் கூப்பிடுவார். அதற்கு யாராவது பதில் குரல் கொடுத்தார்களா, யாராவது முன் வந்து ஏதாவது சொன்னார்களா என்றெல்லாம் கூட ரகுநாதனுக்கு ஒன்றும் புரியவில்லை. ஓரிரு சமயங்களில் மட்டும் அரைவட்ட வடிவ நாற்காலி வரிசையிலிருந்து ஒரு வக்கீல் எழுந்திருப்பார். அவர்கூட ஏதாவது பேசினாரா என்று கண்டுகொள்வதற்குள் நீதிபதி ஏதோ மெதுவாக உதட்டசைப்பார். குமாஸ்தா எதையோ குறித்துக் கொள்வார். வக்கீலும் தன்னிடம் உள்ள காகிதக் கட்டில் எதையோ எழுதிக் கொள்வார். அதோடு அந்த வக்கீல் அந்த இடத்தை விட்டு வெளியேறிவிடுவார். ரகுநாதனுக்கு ஒரு கட்சிக்காரனையாவது பார்க்க வேண்டுமென்று ஆசை. கோர்ட்டுகளை சார்லஸ் டிக்கன்ஸ், அலெக்ஸாண்டர் டூமாஸிலிருந்து வடுவூர் துரைசாமி அய்யங்கார் தேவன்வரை எவ்வளவு முறை எப்படி எப்படி எல்லாம் திகிலூட்டும்படியாகவும் பரபரப்பு உண்டு பண்ணும்படியாகவும் வர்ணித்திருக்கிறார்கள்! எவ்வளவு மர்மங்கள் அவர்களுடைய கதைக் கோர்ட்டுகளில் தீர்க்கப்பட்டிருக்கின்றன! எப்படிப்பட்ட வில்லாதி வில்லன்களை அதிசாமர்த்தியமான வக்கீல்கள் குறுக்குக் கேள்விகள் போட்டு உண்மையைக் கசக்கிப் பிழிந்து வெளிக் கொணர்ந்து தீயவர்களுக்குத் தண்டனையும் நல்லவர்களுக்கு நல்ல எதிர்காலமும் உண்டு பண்ணியிருக்கிறார்கள்! ஆனால், இந்தக் கோர்ட்டிலோ என்ன நடக்கிறது என்ன பேசப்படுகிறது என்று ஒன்றுமே புரியவில்லையே? இந்தக் கோர்ட்டே ஒரே மர்மமாக இருக்கிறதே! இதில் இந்த மாலதி, என்னைக் கேட்டுக் கேட்டுக் கேள்விகளுக்குப் பதில் எழுதிப் பரீட்சைகளைப் பாஸ் செய்த மாலதி இவள் இங்கு என்ன செய்யப் போகிறாள்?

அறிவுக்கு ஒன்றும் விளங்காததைப் பார்ப்பதில் ஏற்படும் சலிப்பு ரகுநாதனுக்கும் வந்துவிட்டது. அவன் அப்படியே அந்த அறையைச் சுற்றிப் பார்த்துக் கதவு வழியாக வெளியே வேடிக்கை பார்க்க ஆரம்பித்தான். அப்போது திடீரென்று மாலதி எழுந்து நீதிபதியிடம் ஏதோ சொன்னாள். அவள் பேச எழுந்தபோது இன்னொரு வக்கீலும் அதே நேரத்தில் எழுந்து, மாலதி பேசும்போதே அவரும் பேசினார். இருவரும் எதிர் எதிர் கட்சி வகிப்பவர்களாக இருக்க வேண்டும். அவர்கள் குரல்தான் கேட்டதே ஒழிய அவர்கள் என்ன பேசினார்கள் என்று தெரியவில்லை. ஆனால், நீதிபதி அவர்கள் இருவருக்கும் பொதுவான பதில் தந்திருக்க வேண்டும். அந்தக் குமாஸ்தா

ஏதோ குறித்துக்கொள்ள மாலதியும் எதிர்க் கட்சி வக்கீலும் அவரவர்கள் காகிதக் கட்டுகளில் குறித்துக்கொண்டார்கள். அப்புறம் இருவரும் நாற்காலிகளைக் காலிசெய்து கூட்டத்தை விலக்கிக்கொண்டு அறையின் இரு வேறு கதவுகளை நோக்கி முன்னேறினார்கள். மாலதி கதவருகே நின்று ரகுநாதனுக்காகத் திரும்பிப் பார்த்தாள். ரகுநாதன் அவளிடம் செல்ல, இருவரும் அறையைவிட்டு வெளியேறினார்கள்.

மாலதி கொல்லென்று சிரித்துவிட்டாள். ரகுநாதன் பல்லைக் கடித்துக்கொண்டு வாய் திறவாமல் இருந்தான்.

"என்ன, கோர்ட்டு எப்படி இருந்தது?" என்று மாலதி கேட்டாள்.

"உன் சபதம் என்னவாயிற்று?"

"எனக்கு உன்னைப் பார்க்கப் பரிதாபமாய் இருந்தது. அதனால் என் சபதத்தை நான் வாபஸ் வாங்கிக்கொண்டுவிட்டேன்."

"என் மனமார்ந்த நன்றி. நான் தன்யனானேன்."

சிறிது நேரம் மௌனமாக இருவரும் நடந்தார்கள். மாலதி அவளுடைய அறைக்குச் சென்றுகொண்டிருந்தாள்.

மீண்டும் ரகுநாதன் வெளியே நிற்க, மாலதி உள்ளே சென்று அவளுடைய வக்கீல் அங்கியைக் கழட்டி வைத்துவிட்டு வெளியே வந்தாள். "வா. போகலாம்..." என்றாள்.

"இத்துடன் உன் வேலை முடிந்துவிட்டதா?" என்று ரகுநாதன் கேட்டான்.

"இன்று எங்கள் வக்கீலுக்கு இந்த ஒரு கேஸ்தான். அதையும் ஒத்திப்போடும்படி கேட்டுக் கொள்ளவேண்டும். அதைத்தான் நான் செய்தேன்."

"அந்த இன்னொரு வக்கீல் எழுந்து பேசினாரே?"

"அவரும் அதேதான் கேட்டுக்கொண்டார்."

"கேஸை ஒத்திப் போடும்படியாகவா..?"

"ஆமாம், அப்படி நாங்கள் கேட்டுக்கொள்ளவில்லை என்றால்கூட ஜட்ஜாகவே ஒத்திப்போட்டிருப்பார்."

"ஏன்?"

"ஒரு நாளைக்கு மிகச் சில கேஸ்களைத்தான் முழு விசாரணைக்கு எடுத்துக்கொள்ள முடியும். சிவில் கேஸ்களில்

சில விசாரணைக்கு எடுத்துக்கொள்ளப்படுவதற்குள் ஒரு வருடம் இரண்டு வருடங்கள்கூட ஆகிவிடும்."

"இந்தக் கேஸ் ஆரம்பித்து எவ்வளவு நாட்கள் ஆகிறது?"

"ஒரு வருடம் இருக்கும்."

"அப்படியென்றால் இன்னொரு வருடம்வரை உன் வேலை கெட்டி."

"ரொம்பச் சரி, உனக்கும் இந்த மாதிரி வேலை ஏதாவது வேணுமா?"

9

"உனக்கும் இந்த மாதிரி வேலை ஏதாவது வேணுமா?" என்று மாலதி கேட்ட போது ரகுநாதனுக்கு ஏனோ திடீரென்று அழுகையே வந்துவிட்டது.

"என்ன, பதில் சொல்லாமல் இருக்கிறாய்..? வேண்டாமா?" என்று மீண்டும் மாலதி கேட்டாள்.

"மாலதி, நாம் இங்கே எல்லாருடைய கண்ணிலும் படாமல் எங்காவது உட்கார்ந்து பேச இடம் இருக்கிறதா?"

"ஒரு புது ஓட்டல் ஆர்மேனியன் தெருவில் ஆரம்பித்திருக்கிறார்கள். அங்கே போகலாம்."

அந்த ஓட்டலுக்கு மாடிப்படி ஏறிச் செல்ல வேண்டியிருந்தது. மாடிப்படியை மட்டும் வைத்து நிர்ணயிக்க வேண்டுமானால் அது மிகச் சாதாரணமான ஓட்டலாகத்தான் இருக்க வேண்டும். ஆனால், மாடிப்படி ஏறிச் சென்றவுடன் ஓட்டலினுள் நுழையத் தடபுடல் கதவு ஒன்று இருந்தது. உள்ளே சென்றதும் கதவு உடனே மூடிக்கொண்டது. முதலில் ரகுநாதனுக்குக் கண்ணே தெரியவில்லை. ஓட்டலில் இருட்டு அப்படி நிரம்பியிருந்தது.

ஒரு சில விநாடிகளில் அவன் கண்கள் சிறிது சிறிதாகப் பொருள்களைப் பார்க்கத் தொடங்கின. கோட்டு—டை எல்லாம் அணிந்த ஒருவன் ரகுநாதன்—மாலதியிடம் வந்து, "வாருங்கள், நீங்கள் இருவர்தானே?" என்றான்.

"உனக்குக் கண் தெரியவில்லையா?" என்று ரகுநாதன் கேட்டான்.

"என்ன?"

"ஒன்னுமில்லே, நாங்கள் இருவர்தான்!" என்று மாலதி சொன்னாள்.

அந்த மனிதன் அவர்களை அழைத்துச் சென்று ஒரு சிறிய மேசையில் உட்கார வைத்தான். இது இருவருக்கென்றே பயன்படும் மேசை.

இப்போது கண்கள் அந்த இருட்டுக்கு நன்கு பழக்கப்பட்டு ஓரளவு எல்லாமே தெரிய ஆரம்பித்தன. அது மிகவும் விசாலமான அறை. இருந்த மேசைகள் அனைத்தும் நிறைய இடைவெளிவிட்டுப் போடப்பட்டிருந்தன. அநேக மேசைகள் காலியாகத்தான் இருந்தன. இயற்கை வெளிச்சமே உள்ளே வர முடியாதபடி எல்லாக் கதவு, ஜன்னல்களும் மூடப்பட்டிருந்தன. அறைக் குளிர் சாதனம் ஜில்லென்று உடலெல்லாம் பரவியது. சுவரோரமாக மங்கலான விளக்குகள். அந்தப் பல்புகள் பிரகாசமாகத் தான் இருக்க வேண்டும். ஆனால், அவற்றிற்கு விதவிதமான அலங்கார மூடிகள் இருந்தன. அந்த மூடிகள் மிக மங்கலான வெளிச்சத்தைத்தான் சாத்தியமாக்கின. எங்கென்று வருகிறது என்று புலனாகாதபடி மெல்லிய வாத்திய இசை கேட்டுக் கொண்டிருந்தது. அந்த அறையிலேயே பல இடங்களில் ஒலி பெருக்கிகள் பொருத்திவைக்கப் பட்டிருக்கவேண்டும். அந்த இருட்டில் ரகுநாதனையும் மாலதியையும் அழைத்துச் சென்ற இளைஞனை மாலதியே ஒருமுறை தவறாக ரகுநாதன் என்று நினைத்து "எப்படி இருக்கிறது இந்த அலிபாபா குகை?" என்று கேட்டாள். அவன் "பெக்யுவர் பார்டன் மேடம்?" என்றான்.

ஆனால், அவர்கள் நாற்காலிகளில் உட்கார்ந்த பிறகு அந்தக் குறைந்த வெளிச்சமே போதுமானது என்று தோன்றியது. இன்னொரு இளைஞன் கறுப்புக் கோட்டு சூட்டு அணிந்தவன் ரகுநாதனை அணுகி, "சாப்பாடா, சிறு தின்பண்டமா?" என்று கேட்டான்.

ரகுநாதன் மாலதியைப் பார்த்தான். மாலதி "மெனு இருக்கிறதா?" என்று கேட்டாள். உடனே அந்த இளைஞன் அவர்கள் இருவரிடமும் வழவழப்பான இரு அட்டைகளைக் கொடுத்தான். ரகுநாதன் வரிசையாக அட்டையில் அச்சடித்திருந்ததை ஒன்றுவிடாமல் படிக்க ஆரம்பித்தான்.

மாலதி 'பிஸ்டாசியோ' என்றாள்.

அவளிடமிருந்து அந்த மெனு அட்டையை வாங்கிக்கொண்ட இளைஞன் ரகுநாதனைப் பார்த்தான். ரகுநாதன், 'காபி,' என்றான்.

"ஏன், ஐஸ்கிரீம் சாப்பிடேன்." என்று மாலதி சொன்னாள்.

"இல்லை. எனக்குத் தலைவலி இலேசாக இருக்கிறது," என்று ரகுநாதன் சொன்னான்.

"தலைவலியா?" என்று மாலதி திடுக்கிட்டுக் கேட்டாள்.

ரகுநாதனுக்கு அந்த ஓட்டல் ஆளைப் பக்கத்தில் வைத்துக் கொண்டு தலைவலி பற்றிப் பேச விருப்பமில்லை. உறுதியாகக் 'காபி,' என்று கூறிவிட்டு அவனுடைய அட்டையைத் திருப்பிக் கொடுத்தான். அந்த ஓட்டல் ஆள் விலகிய பிறகு, "எனக்கு உண்மையிலேயே தலைவலி வரக்கூடாதா என்று ஏக்கமாக இருக்கிறது," என்றான்.

"மன்னித்துக்கொள்," என்று மாலதி சொன்னாள்.

"பரவாயில்லை."

"நாம் இப்படிச் சண்டை போடுவதைப் பார்த்து நாமிருவரும் காதலர்கள் என்று அவர்கள் நினைத்துக்கொள்வார்கள்."

"யார் நினைத்துக் கொள்வார்கள்?"

"இந்த ஓட்டல்காரர்கள், இங்கே சாப்பிட வந்திருப்பவர்கள்..."

"இது வேடிக்கையாயில்லை? சண்டை போட்டுக் கொண்டால் காதலர்கள்!"

"சண்டை காதலின் உடன் பிறப்பு!"

"உன் பேச்சில் ஒரே இலக்கிய வாடையாக வீசுகிறது."

மாலதி சிறிது புன்முறுவல் செய்து ரகுநாதனை நேருக்கு நேர் பார்த்தாள். அவளுடைய உற்சாகம் குறைந்து போயிற்று. "நீ ஏதோ பேச வேண்டும் என்றாயே?" என்று கேட்டாள்.

ரகுநாதன் மௌனமாக இருந்தான். பிறகு, "இப்போது சொல்லலாமா வேண்டாமா என்று தோன்றுகிறது," என்றான்.

இப்போது மாலதி மௌனமாக இருந்தாள்.

ரகுநாதனாகப் பேச ஆரம்பித்தான். "நீ என்னைக் கேட்ட கேள்வி சரிதான். எனக்கு வேலைதான் வேண்டும்."

"நல்ல வேலையிலிருந்தாயே?"

"என்னை நிறுத்திவிட்டார்கள்."

"டிஸ்மிஸ்ஸே செய்துவிட்டார்களா?"

"இல்லை, சஸ்பென்ஷன். ஆனால், கடைசி விளைவு டிஸ்மிஸ்தான்."

"என்ன காரணம்?"

"எல்லாம் அந்த எக்ஸிபிஷன்தான்..."

"ஏதோ ஆர்ட் எக்ஸிபிஷன்..."

"ஆமாம். அதற்கு நான்கு நாட்கள் லீவு போட்டுச் சென்றேன். அதோடு நான் அவர்களிடம் ஒரு அன்பளிப்பும் பெற்றேன்."

"இதை ஏன் சஸ்பென்ஷன் வரை இழுத்துச் சென்றாய்? முன்னமேயே மன்னிப்புப் பெற்றுக்கொள்ள முடியவில்லையா?"

"இதை யார் கிளப்பி விட்டது என்றே எனக்குத் தெரியாது. அதோடு எடுத்த எடுப்பிலேயே "போ வீட்டுக்கு" என்று சொல்வார்கள் என்று நினைக்கவில்லை."

"மேற்கொண்டு என்ன செய்யப் போகிறாய்?"

"வேறு வேலை ஏதாவது கிடைக்குமா என்றுதான் பார்க்க வேண்டும்."

"அப்போது இன்று நிஜமாகவே இன்டர்வியூவுக்குத்தான் சென்று வருகிறாய்."

இதற்கு ரகுநாதன் பதில் தரவில்லை. அந்தத் தருணத்தில்தான் இரு பிரம்மாண்டமான அகலக் கோப்பையில் இரு குன்றுகளாக 'பிஸ்டாசியோ' வந்து சேர்ந்தது. ஏதோ நாட்டியம் ஆடுவது போல அதை மேசை மீது வைத்துவிட்டு அந்த ஓட்டல் பணியாளன் "எல்லாம் சரியாயிருக்கிறதா சார்?" என்று கேட்டான்.

"சரியாயிருக்கிறது!" என்று ரகுநாதன் சொன்னான். அந்தப் பணியாளன் அவர்களிடமிருந்து விலகிச் சென்ற பிறகு ரகுநாதன் மேலும் சொன்னான். "இந்த ஓட்டல் ஆட்கள் எல்லாருமே தினமும் இன்டர்வியூவுக்குச் செல்கிறபடிதான் தோன்றுகிறது."

மாலதி அதை ரசித்ததாகத் தெரியவில்லை. அவள் ரகுநாதன் பிஸ்டாசியோவை உண்ணத் தொடங்குவதற்காகக் காத்திருந்தாள். திடீரென்று ரகுநாதன் சொன்னான். "நான் காபி தானே கேட்டேன்!"

"நான் கவனிக்கவில்லை."

"இல்லை. நான் காபி மட்டும்தான் கேட்டேன். இவன் பார். என் தலையில் ஐஸ்கிரீமைத் தள்ளிவிடப் பார்க்கிறான்! பாய்! பாய்!"

“பரவாயில்லை, ஐஸ்கிரீமைத்தான் சாப்பிட்டுவிட்டுப் போயேன்!”

ரகுநாதன் மாலதியை உற்று நோக்கினான்.

“சிறு விஷயங்களில் பிடிவாதம் இருப்பது அவ்வளவு ஒன்றும் சிறந்ததல்ல.” இதைச் சொன்னபோது ரகுநாதன் சீறுவான் என்றுதான் மாலதி எதிர்பார்த்ததாகத் தெரிந்தது. ஆனால், அதற்கு ரகுநாதனின் பதில் அவளுக்கே வியப்பைத் தந்தது.

“ஆமாம், அந்தப் பொறுமை எனக்கு இன்னும் வரவில்லை. அது இருந்தால் நான் இன்று போல திக்குத் திசை தெரியாமல் அலைந்து கொண்டிருக்கமாட்டேன்!”

இருவரும் மௌனமாக ‘பிஸ்டாசியோ’வை உண்டார்கள். சிறிது சிறிதாக அந்த ஓட்டலில் கூட்டம் அதிகமாயிற்று. மென்மை யாகக் கேட்டுக் கொண்டிருந்த சங்கீதத்தைக் கசாகசாவென்று மனிதர் பேச்சுக் குரல் உள்ளடங்கிப் போகச் செய்தது. மாலதியும் ரகுநாதனும் வெகு நேரம் பேசாமல் உட்கார்ந்திருந்தார்கள். மாலதி பெருமூச்சு விட்டாள்.

“என்ன?” என்று ரகுநாதன் கேட்டான்.

“உன் டிகிரி முடிந்ததுமே உன்னைச் சட்டப் படிப்பு படிக்கச் சொன்னேன். நீ கேட்கவில்லை.”

“நான் வேலைக்குப் போக வேண்டியிருந்தது. எல்லாருக்கும் பணக்கார அப்பா இருக்கிறார்களா? என் அப்பா செத்துப்போயே எவ்வளவோ நாட்கள் ஆகிறது.”

“நான் குற்றமாகச் சொல்லவில்லை. நான்கு வருடங்கள் என்னோடு சேர்ந்து படித்தாய். இன்னும் இரண்டு ஆண்டுகள் சேர்ந்து படித்தால் என்ன என்று தோன்றிற்று. சட்டத்துறையில் எங்கள் குடும்பம் ஊறிப்போனது. உண்மையில் எனக்கு வெளி உலகம் என்னென்ன இருக்கிறது என்றுகூடச் சரியாகத் தெரியாது. உனக்குத் தெரிந்திருக்கும் அளவு நிச்சயமாக எனக்குத் தெரியாது.”

“உனக்குத் தெரிந்திருப்பதெல்லாம் கூடத்தான் எனக்குத் தெரியாது.”

“என்னால் உனக்கு அரைமணியில் ஒரு வேலை வாங்கித் தந்துவிட முடியும். எங்கள் காரியாலயத்திலேயே ஒரு இடம் காலியாயிருக்கிறது. வக்கீல் குமாஸ்தா வேலை. இந்த வேலையை முப்பது வருடம் நாற்பது வருடம் செய்து வந்து சந்தோஷமாய் இருப்பவர்கள் உண்டு. ஆனால், எனக்கு உன்னை அந்த வேலையில் தள்ளிவிடத் தயக்கமாக இருக்கிறது.”

"எப்படியும் எனக்கு இப்போது கிடைக்கும் சம்பளம் கிடைத்துவிடும் இல்லையா?"

"கிடைக்கும், கொஞ்சம் கூடக் குறைய இருக்கும். ஆனால், எனக்குத் தயக்கமாக இருக்கிறது. எனக்குத் தெரிந்து வக்கீல் குமாஸ்தாவாக வேலைக்கு வந்தவர்கள் வக்கீல் குமாஸ்தாக்களாகவேதான் கிழடாகிச் செத்துப் போயிருக்கிறார்கள். இப்போது நான் என் அறைக்குப் போனபோது என்னோடு குழைந்து ஒருவர் பேசினாரே, அவர் ஒரு வக்கீல் குமாஸ்தா. இருபது ஆண்டுகளாக என் சீனியர் வக்கீலுக்கு உதவியாக இருந்திருக்கிறார். நான் நேற்று வந்த மனுஷி. அவர் என்னிடமும் கூனிக் குறுகித்தான் நடந்து கொள்ள வேண்டி இருக்கிறது."

"அது அவருடைய சுபாவமாக இருக்கலாம்."

"எனக்குச் சுபாவம் என்று ஒன்று தனியாக இருப்பதாகத் தெரியவில்லை. ஒருவன் ஈடுபடும்வேலை அவனுடைய சுபாவத்தை நிர்ணயித்து விடுகிறது."

"அப்படி என்றால் நானும் அவர் மாதிரி ஆகிவிடுவேன் என்கிறாயா?"

"ஏதோ சில வித்தியாசங்கள் இருக்கலாம், ஆனால், அடிப்படையில் அவர் மாதிரித்தான் எல்லா வக்கீல் குமாஸ்தாக்களும்."

"அப்படியானால் எல்லா வக்கீல்களும்தான் ஒரே மாதிரி இருக்க வேண்டும்."

"தேவையில்லை, பார்க்கப் போனால் ஒரு வக்கீல் மாதிரி இன்னொருவர் கிடையாது. எந்தத் தொழிலில் சுயமாக முடிவெடுக்கக்கூடிய சுதந்திரம் இருக்கிறதோ, எங்கு தன் சுய கற்பனையைப் பயன்படுத்த வாய்ப்பு இருக்கிறதோ, அங்கெல்லாம் வெவ்வேறு ரக மனப்பாங்கு வளர முடியும். வக்கீல் குமாஸ்தா சேவகன் வேலை தானே."

"நான் அங்கே ஆபீசில் செய்து வந்ததுகூடச் சேவகம்தான்."

"சந்தேகம் இல்லாமல், ஆனால் அங்கெல்லாம் சிறிதளவாவது வாழ்க்கையில் முன்னேறுவதற்கு வாய்ப்பு இருக்கும். நீயே ஒரு நாளைக்கு மானேஜர் ஆகலாம். டைரக்டர் ஆகலாம்."

"உன் பேச்சைக் கேட்டால் எனக்கு வேறொருவர் பேச்சு ஞாபகம் வருகிறது."

"யார் அவர்?"

ஆகாயத் தாமரை

"உனக்குத் தெரியாது."

"சொல்லேன்."

"இல்லை. உனக்குத் தெரியாது."

"ஆனால், அவர் பேச்சு மட்டும் ஞாபகத்தில் இருக்கிறதாக்கும்."

"ஆஹா. அந்தப் பேச்சை மறக்கவும் முடியுமா? இந்தக் கால கட்டமே, என்னுடைய வாழ்க்கை நாவலின் இந்தக் கால கட்டமே, அவருடைய பேச்சில்தான் ஆரம்பமாகிறது."

திடீரென்று ரகுநாதனின் குரல் உணர்ச்சி வசப்பட்டது. மாலதி அவனுடைய கையைப் பிடித்துக் கொண்டாள். "நானிருக்கும்போது உனக்கு ஏன் வீண் வருத்தம்?" என்று உறுதி அளிப்பது போலிருந்தது அவளுடைய பார்வை.

"மாலதி நான் உனக்கு என்ன கைமாறு செய்யப்போகிறேன்."

"சீச்சீ. ஏன் உடனே இப்படிப் பேத்த ஆரம்பித்துவிடுகிறாய்? நான் என்ன செய்துவிட்டேன்? பேசாமலிரு."

சிறிது நேரம் இருவரும் மௌனமாக இருந்தார்கள். ஓட்டல் பணியாளன் ஒருவன் அவர்களிடம் வந்து "இன்னும் ஏதாவது வேண்டுமா?" என்று கேட்டான்.

"சரி, கிளம்பலாம்..." என்று ரகுநாதன் சொன்னான்.

"இல்லை... பேச வேண்டியதெல்லாம் முழுக்கப் பேசிவிட்டுப் போவோம். நீ அப்போது காபி வேண்டுமென்று கேட்டாயல்லவா? இதோ... எங்களுக்குக் காபி கொண்டு வாருங்கள்."

அப்பணியாளன் கேட்டான். "இருவருக்குமா..?"

"ஆமாம்..."

அவன் நகர்ந்த பிறகு மாலதி மீண்டும் ரகுநாதனின் கையைப் பிடித்துக் கொண்டாள். "நீ என்னிடம் முன்னமேயே வந்திருக்க வேண்டும்!" என்றாள்.

"நிஜமாக இன்று உன்னைப் பார்க்கும் வரை எனக்கு உன் நினைவே இல்லை."

"இந்த மாதிரி ஒரு பெண்ணில்லை, ஒரு ஆணிடம் சொன்னால்கூட அவன் உன்னை விட்டு உடனே போய்விடுவான்."

"நீ போய்விடாதே! ஆனால், எனக்கு உன்னிடம் பொய் சொல்லத் தோன்றவில்லை."

"என்னிடம் இதுவரை பொய்யே சொல்லவில்லையா?"

"பொய் சொல்லியிருக்கலாம். ஆனால், அவை வேண்டுமென்றே சொல்லப்பட்டவை இல்லை."

மாலதி பெருமூச்சு விட்டாள். "நாம் ஏன் இதற்கு முன்னரே சந்திக்கவில்லை?" என்று கேட்டாள்.

ரகுநாதன் பதில் சொல்லாமல் இருந்தான். "சரி இப்போது அதெல்லாம் பற்றி எதற்குப் பேச வேண்டும்? உன்னுடைய உடனடிக் கவலை ஒரு வேலையைத் தேடிக் கொள்வதுபற்றி, நாம் அதற்கு ஏதாவது செய்ய வேண்டும்!"

இப்போது காபி வந்துவிட்டது. காபி டிக்காஷன், பால், சர்க்கரை எல்லாம் தனித்தனியாக இருந்தது. மாலதி இருவர் கோப்பைகளிலும் முதலில் சர்க்கரையைப் போட்டாள். அதன் பின் டிக்காஷன் ஊற்றினாள். பால் குப்பியிலிருந்து பாலை ரகுநாதன் ஊற்றினான்.

பகல் உணவு உண்டு போகிறவர்கள் போய்விட்டார்கள். இப்போது மீண்டும் ஓட்டல் அநேகமாகக் காலியாக இருந்தது. சில விளக்குகளை அணைத்துவிட்டார்கள். ரகுநாதனையும் மாலதியையும் மீண்டும் ஒருபணியாள் "இன்னும் ஏதாவது வேண்டுமா?" என்று கேட்டான்.

"வேண்டாம்!" என்று ரகுநாதன் சொன்னான். அப்பணியாள் அகன்ற பிறகு "இனிமேலும் நாம் இங்கிருப்பது நியாயமல்ல" என்று ரகுநாதன் சொன்னான்.

"இந்த மாதிரி இடங்களே நாமெல்லோரும் ஆறஅமர இருந்து போவதற்கே ஏற்பட்டவை'" என்று மாலதி சொன்னாள். ஆனால், சொன்னாளே தவிர எழுந்துவிட்டாள்.

ஒரு பணியாள் அவசரம் அவசரமாகப் பில் கொண்டு வந்தான். ஒன்பது ரூபாய்க்கு அதிகமாயிருந்தது. அந்த ஆள் பில் வைத்திருந்த தட்டை ரகுநாதன் பக்கம்தான் வைத்தான். ஆனால், மாலதி அதைத் தன் பக்கம் இழுத்து ஒரு பத்து ரூபாய் நோட்டைத் தட்டில் வைத்தாள்.

"வா, போவோம்" என்று ரகுநாதனிடம் சொன்னாள்.

இருவரும் வெளியே வந்தார்கள். பிற்பகல் வெயில் சுளீரென்று உறைத்தது. இருட்டில் செயற்கை வெளிச்சத்தில் நெடுநேரம் இருந்துவிட்டு நல்ல பகல் வெளிச்சத்தை எதிர் கொள்ள வேண்டியிருந்ததால் அவர்கள் கண்கள் கூசின. மாலதி உடனே கறுப்புக் கண்ணாடி அணிந்துகொண்டாள்.

மாலதியின் காரும் மிகவும் சூடேறியிருந்தது. ஜன்னல் கண்ணாடிகளைக் கீழிறக்கி இருவரும் உள்ளே உட்கார்ந்த போது அப்படியே பொரிந்து விடுவார்கள் போலிருந்தது. "இந்த இடங்களில் காரை நிறுத்துவதற்கு நிழலான இடமே கிடையாது. கோர்ட்டிலாவது ஏழெட்டு மரங்கள் இருக்கின்றன" என்று மாலதி சொன்னாள்.

"நீ சேத்துப்பட்டில்தானே இருக்கிறாய்? வழியில் என்னை இறக்கிவிட்டுவிடு!" என்று ரகுநாதன் சொன்னான்.

"நான் இப்போது வீட்டுக்குப் போகவில்லை. உன்னை அண்ணா சிலையருகே இறக்கி விடுகிறேன்" என்றாள்.

அவர்கள் கார் மன்ரோ சிலையைக் கடக்கும் போது ரகுநாதன் அச்சிலையைத் திரும்பிப் பார்த்தபடியே இருந்தான். சிம்ஸன் பாலத்தருகே பாலத்தின் அகலத்தை விரிவுபடுத்துவதற்கான வேலையில் போக்குவரத்துக்கு விடப்பட்டிருந்த இடைவெளி மிகக் குறைவாகவே இருந்தது. பாலத்தைத் தாண்டியவுடன் ரகுநாதன் கீழே இறங்குவதற்குத் தயாராக இருந்தான். ஆனால், கார் அண்ணா சாலையில் செல்லாமல் இடது புறம் திரும்பிச் சென்றது. "என்னை எங்கே அழைத்துச் செல்கிறாய்?" என்று ரகுநாதன் மாலதியைக் கேட்டான்.

"சிறிது பொறுத்துப் பார்," என்று பதில் வந்தது.

10

"இதோ பார் பொண்ணு, இந்தப் பையன் ஊருக்குப் புதுசு. நம்ப வீட்டுக்கு முதல் தடவையா வரான். அவனை ரொம்பப் பயமுறுத்திவிடாதே" என்று அந்த மனிதர் கேட்டுக் கொள்கிறார்.

"புதுப் பையனா? வாடா, புதுப் பையா. உள்ளே வா. அங்கேயே நின்னுண்டிருந்தா இங்கே அடிக்கற காத்து உன்னை அப்படியே அடிச்சுண்டு போயிடும்!" என்று அந்தச் சிறுமி பேசுகிறாள்.

ரகுநாதன் கலவரத்துடன் நிற்கிறான். அவனுடைய தகப்பனார் இரண்டு மாதங்களுக்கு முன்புதான் இறந்து விட்டிருந்தார். அவர் கடைசியாகத் தண்ணீர் கேட்டுச் சைகை செய்தபோது ரகுநாதன்தான் பக்கத்தில் இருந்தான். அவனே சிறுவன், அதில் தன்னந் தனியனாக மரணத்தைக் காட்சியுற வேண்டியிருந்ததில் மிகவும் அதிர்ந்து போயிருந்தான். இனி அந்த ஊரில் தனியாக இருந்து கஷ்டப்படுவதற்கு – சில உற்றார் உறவினர்கள் இருக்கும் – சென்னைக்கு வந்துவிடலாம் என்று ஏற்பாடு ஆயிற்று. ரகுநாதனும் அவனுடைய அம்மாவும் அதற்கு ஒரு நாள் முன்புதான் சென்னை வந்திருக்கிறார்கள். இன்னும் சரியாகப் பாத்திரம் பண்டங்களைக்கூடப் பிரித்து எடுக்கவில்லை. இப்போது சென்னை அருகேயுள்ள ஓரிடத்தில் ஒரு உறவினர் வீட்டில் வளைகாப்பு சீமந்தம் என்று வந்திருக்கிறார்கள். வந்த இடத்தில் ரகுநாதனுக்கு இப்படி ஓர் பாதுகாப்பு அந்த வீட்டுக்காரர் ஏற்பாடு செய்தார்!

ரகுநாதன் காலையில் பெரும் பகுதி அவன் அம்மாவோடு கூடவே இருந்தான். பெண்கள் வைபவத்தில் பெண்கள் மத்தியில் ஒரு பத்து வயதுப் பையன் அம்மா புடவைத் தலைப்பைப் பிடித்துக்கொண்டே தொத்திக் கொண்டிருப்பது அவனுக்கே வெட்கமாயிருந்தது. பகல் உணவு முடிந்த பிறகு அந்த வீட்டில் கூட்டம் குறைந்தது. ரகுநாதனும் அவனுடைய அம்மாவும் அங்கேயே இரு நாட்கள் தங்கிப் போவதாக ஏற்பாடு. ரகுநாதன் காலைப் பகுதியை அம்மாவின் நிழலில் கடத்திவிட்டான். ஆனால், தொடர்ந்து இரு நாட்கள் அந்த மூன்றாம் மனிதர் வீட்டில் அப்படிக் காலங்கழிக்க முடியுமா?

ரகுநாதன் மெதுவாக அந்த வீட்டின் வாசற்புறத்திற்கு வந்திருந்தான். அங்கே திண்ணையில் மூன்று நான்கு பேர்கள் தூங்கிக் கொண்டிருந்தார்கள். ஒரு பெண்மணி கிழிந்த துணியைத் தைத்துக் கொண்டிருந்தாள். வீட்டுக்கு வெளியே தெருவின் நடுவில் ஒரு நாய் படுத்துக் கொண்டிருந்தது. ரகுநாதன் நாயருகே சென்றான். அது அவனை இலட்சியம் செய்யாமல் படுத்திருந்தது. அவன் குனிந்து அதைத் தடவிக் கொடுக்கப் போனான். அப்போது அது "உர்"ரென்றது. ரகுநாதன் கையைச் சட்டென்று விலக்கிக் கொண்டான்.

"அது ஒன்னை ஒண்ணும் கடிக்காது!" என்று குரல் கேட்டுத் திரும்பினான். காலையில் அவனுக்கு அறிமுகப்படுத்தப்பட்ட பெண் நின்றுகொண்டிருந்தாள். ரகுநாதன் பதில் சொல்லாமல் நின்றான்.

அந்தப் பகுதியில் அந்தத் தெருதான் கடைசி. அதற்குப் பிறகு வெட்ட வெளிதான். அந்தத் தெருவிலிருந்தே பல இடங்களில் ஒற்றையடிப் பாதைகள் பிரிந்து வெட்டவெளியைக் கடந்து வெவ்வேறு திசைகளில் சென்று மறைந்தன. ஒரு திசையில் தூரத்தில் குன்றுகள் இருந்தன. அத்திசை நோக்கி வண்டிப்பாதை பலமாகப் பள்ளம் விழுந்து காணப்பட்டது. அக்குன்றுகளிலிருந்து ஒரு மாட்டு வண்டி செம்மண் ஏற்றிக்கொண்டு வந்துகொண்டிருந்தது.

ரகுநாதன் பேசாமல் நின்றதைப் பார்த்து அப்பெண் சொன்னாள். "அப்பா சொன்னதிலேருந்து எங்கிட்டே பயமா இருக்கா?"

இல்லையென்று ரகுநாதன் தலையை ஆட்டினான்.

"இன்று முழுக்க நீ ஏன் உன் அம்மாவையே பிடிச்சுண்டு அலைஞ்சே?"

"எனக்கு இங்கே வேறே யாரையும் தெரியாது."

"ஏன், என்னைத் தெரிஞ்சுக்கறது?"

"உன் பேர்கூடத் தெரியாதே."

"என் பேர் மாலதி, உன்னுடையது?"

"ரகு."

"வெறும் ரகுவா?"

"இல்லை. ரகுநாதன்."

"அதை முதல்லியே சொல்லலாம் இல்லியா?"

ரகுநாதன் பதில் தரவில்லை. அவனுக்கு அது அவ்வளவு பெரிய குற்றமாகப் படவில்லை. இந்தப் பெண்ணை இன்றைக்குப் பிறகு நாம் பார்க்கப் போகிறோமோ இல்லையோ. அப்படி இருக்கையில் பெயர் ரகுவாயிருந்தால் என்ன, ரகுநாதனாயிருந்தால் என்ன; இவளுக்கு நம்மை ஞாபகம் வைத்துக்கொண்டு என்ன ஆக வேண்டும்?

"என்னோட வந்தா உனக்கு நான் நிறைய வேடிக்கையெல்லாம் காட்டுவேன். வறியா?"

"இப்பவேயா?"

"ஆமாம்."

"சரி."

மாலதி அவனை வண்டிப்பாதையோரமாகக் குன்றுகள் திசையில் அழைத்துச் சென்றாள். வண்டியின் இரு சக்கரங்கள் பதிந்து உண்டாகியிருக்கும் பள்ளத்தில் ஒன்றில் மாலதியும் இன்னொன்றில் ரகுநாதனுமாகச் சென்றார்கள். எதிரே வந்த வண்டி போவதற்கு மட்டும் விலகிக்கொண்டு மீண்டும் அப்பள்ளங்களிலேயே நடந்து சென்றார்கள். வெகு சீக்கிரமே அவர்கள் இருவருடைய கால்களும் முழங்கால் வரை புழுதி படிந்ததாயிற்று. மாலதி எதைப் பற்றிப் பேசினாலும் உற்சாகமாகப் பேசினாள். பறவைகள், செடிகள், மனிதர்கள், மாடுகள், மலைகள், எதைப்பற்றியும் உணர்ச்சி வேகத்துடன் பேசினாள். அவளுக்கு அவ்வப்போது ஏதாவது பதில் பேசிய ரகுநாதனுக்குத் தன் குரல் மிகவும் தாழ்ந்தே இருப்பதை உணரமுடிந்தது. அவள் ஒரு சமயம் அப்படியே நின்றுவிட்டாள். "என்ன, நான் எவ்வளவு பேசினாலும் நீ மட்டும் துளித்துளியாப் பேசறியே?"

"எனக்கு ரொம்பப் பேசத் தெரியலையே."

"பேசத் தெரியாதா, உனக்கு என்னோட பேசறதுக்கு இஷ்டமில்லையா?"

ரகுநாதனுக்குத் தூக்கிவாரிப் போட்டது. தனக்குப் பிறருடன் பேசப் பிடிக்காததால்தான் பேச விஷயம் இல்லாதது போல் தோன்றுகிறதோ?

ரகுநாதன் மாலதிக்கு அவனுடைய அப்பா இறந்து போன விவரங்களைப் பற்றிச் சொன்னான். அப்பா ஒரு நாள் வாசற்படி தடுக்கிக் கீழே விழுந்தார். முதலில் வலிக்காது போனாலும் அப்புறம் இரண்டு நாட்கள் கழித்து இடுப்பிலும் வயிற்றிலும் வலி ஏற்பட்டது. டாக்டர்கள் உடம்பு உள்ளே ஏதோ உறுப்புகளுக்குப் பலத்த அடிபட்டதாகச் சொன்னார்கள். முதலில் எல்லாம் சரியாகிப் போய்விடும் என்றார்கள். ஆனால், ஒரு நாள் ஆஸ்பத்திரியிலேயே "இனிமேல் வீட்டுக்குக் கொண்டு போய்விடுங்கள்" என்றார்கள். வீட்டுக்கு வந்த பிறகுகூட நான்கு நாட்கள் அவர் உயிரோடு இருந்தார். ஒரு நாள் ரகுநாதன் மட்டும் அவருக்குத் துணையாக இருக்கும்போது திடீரென்று செத்துப் போய்விட்டார். அவர் சாகும் போது தொண்டையில் ஒரு பெரிய கட்டி போன்றது மேலும் கீழும் ஏறி இறங்கிக் கொண்டிருந்தது. அவருடைய கண்கள் எப்படி எப்படியோ சொருகிக் கொண்டன. அவருடைய நாக்கையே கடித்துக் கொண்டார். நாக்கிலிருந்து இரத்தம் கொட்டியது...

"போதும், போதும்!" என்று மாலதி சொன்னாள். "நானும் செத்துப் போறவங்களைப் பாத்திருக்கேன். ஆனா உம் மாதிரி பயங்கரமான விஷயங்களாப் பாத்துண்டு அதையே நினைச்சுண்டிருக்க மாட்டேன்."

அவர்கள் இருவரும் மேலும் நடந்து சென்றார்கள். குன்றருகில் ஒரு பெரிய சுனை இருந்தது. அதை மாலதி ரகுநாதனுக்குச் சுட்டிக்காட்டினாள். "இந்தத் தண்ணியை எடுத்துச் சுத்தம் செய்து எங்க வீட்டுக் குழாய்க்கெல்லாம் அனுப்பப் போறாங்க."

"இப்ப உங்க வீட்டிலே குழாயிலே தண்ணி வராதா?"

"எங்க வீட்டிலே குழாயே கிடையாதே. இந்த ஊரிலேயே குழாய் கிடையாது. எல்லாத்துக்கும் கிணத்துத் தண்ணிதான்."

"நாங்க இருந்த ஊர்லேகூடக் கிணத்துத் தண்ணி இருந்தது. ஆனா குழாயிலேயும் தண்ணி வரும்."

"இங்கே சென்னையிலேயே கொஞ்சம் இடத்திலே தான் தண்ணி வரும். ரொம்ப இடங்களிலே குழாய் இருந்தாக்கூடத் தண்ணி வராது."

"ஆனாக் கிணத்துத் தண்ணிதான் இருக்கே?"

“அது என்னவோ, எங்க வீட்டிலேயேகூட ஒருமுறை கிணத்திலே இருந்த தண்ணியெல்லாம் போயிடுத்து. வேறெங்கேந்தோ வண்டீலே தண்ணி கொண்டு வருவான். அதை விலைக்கு வாங்கிப்போம்.”

மாலதி பேசிக்கொண்டே குன்றின்மீது ஏற ஆரம்பித்தாள். அவளைப் பின்தொடர்ந்து ரகுநாதனும் சென்றான். ஆடு மேய்ப்பவன் ஒருவன் நிறைய ஆடுகளோடு அங்கு வந்தான். “குயைந்தங்களா, மலைக்கு அந்தப் பக்கம் போகாதீங்க. அங்கே பாம்புப் புத்து இருக்குது!” என்றான்.

“எனக்குத் தெரியும்” என்று மாலதி சொன்னாள்.

“உங்களுக்கெல்லாம் இங்கே என்ன வேலை, மண்ணிலேயும் புதரிலேயும்? ஒயுங்கா வீட்டிலே இருக்கக்கூடாது? இல்லே, இஸ்கோலுக்குப் போகக்கூடாது?”

அந்த ஆட்டிடையன் சொல்வதை மதியாமல் மாலதியும் ரகுநாதனும் அந்தக் குன்றின் உச்சிக்குச் சென்றார்கள். அங்கிருந்து நாலா புறமும் பார்த்தபோது காட்சி மிக அற்புதமாக இருந்தது. சிறிது நேரம் நின்று பார்த்த பிறகு மாலதி கிடுகிடுவென்று குன்றின் மறுபுறம் இறங்க ஆரம்பித்தாள். அவள் போகும் வேகத்தைக் கண்டு மலைத்த ரகுநாதன், “என்னை எங்கே அழைச்சுண்டு போறே?” என்று அலறினான்.

❍ ❍ ❍

மாலதி ஆதம் ரோடு வழியாகத் தெற்கு பீச் சாலையை அடைந்தாள். நேர்கோடான பீச் சாலையில் அவளுடைய கார் சுகமாக முன்னேறியது. ரகுநாதன் புன்னகை புரிந்து கொண்டான். அவனைப் பார்த்த மாலதி கேட்டாள். “என்ன சிரித்துக் கொள்கிறாய்?”

இப்போது ரகுநாதன் தமிழில் பேசினான். “நான் உன் வீட்டிற்கு முதல் தடவையா வந்தேனே, ஞாபகம் இருக்கா?”

“இருக்கு. ஏன்?”

“அன்னிக்கும் இப்படித்தான் நான் கேட்டேன். என்னை எங்கே அழைச்சுண்டு போறேன்னு.”

“எங்க அப்பாதான் உன்னை ரொம்பப் பயமுறுத்திவிட்டார்.”

“எனக்கும் பயமாத்தான் இருந்தது. நீ என்னைவிடக் கொஞ்சம் சின்னவளாவே இருந்தாலும் ரொம்பத் தடபுடலாப் பேசினே.”

மாலதி சிரித்துக் கொண்டாள். "அது பழங்காலம்!" என்று ஆங்கிலத்தில் சொன்னாள்.

"நாம்ப வேறே வேறே பள்ளிக்கூடத்திலே படிச்சோம், உங்க வீட்டுக்கு எப்பவோ மாதத்துக்கு ஒருமுறைதான் நான் வர முடியும். அப்படி இருந்தும் நாம் இரண்டு பேரும் ஏதோ சேர்ந்து சேர்ந்து படிச்ச மாதிரியேதான் இருந்தது."

"காலேஜ்லே ஒண்ணு சேர்ந்து வாசிச்சோமே."

"அதுக்குள்ளே நீயும் ரொம்பப் பெரிய சீமாட்டி ஆயிட்டே. எனக்கும் முன்னே மாதிரி அவ்வளவு சகஜமா எல்லாருடைய முன்னாலேயும் உன்னோட பேசிப் பழக முடியலை."

மாலதி சிரித்துக் கொண்டாள்.

ரகுநாதன் கேட்டான். "அப்பா எப்படி இருக்காரு?"

"சௌக்கியமா இருக்காரு. அம்மா?"

"எங்கம்மாக்கும் எனக்கும் ரொம்ப டூ."

"ஏன்?"

"எங்க தெருவிலேயே ஒரு கோள் சொல்லி இருக்கான். அவனுக்கு எல்லாருடைய வீட்டிலேயும் ஏதாவது பிளவு வரவழைக்கிறதேதான் வேலை. அவன் வந்து..."

"அவன் வந்து?"

"எங்க அம்மாகிட்டே நான் குடிக்கறேன், அப்படி இப்படீன்னு சொல்லியிருக்கான்."

மாலதி கார் வேகத்தைச் சட்டென்று குறைத்தாள். பிறகு மறுபடியும் பழையபடி செலுத்தினாள். ஆனால், அந்த ஒரு கணம் அவள் என்ன செய்யப் போகிறாளோ என்று ரகுநாதனுக்குப் பயம் ஏற்பட்டது.

மாலதி சிறிது நேரம் பேசாமல் இருந்தாள். கார் காந்திஜி சிலையையும் தாண்டி ஆல் இந்தியா ரேடியோ அருகில் சென்று கொண்டிருந்தது. ரகுநாதனுக்குத்தான் அவளிடம் பாலகிருஷ்ணன் பற்றிப் பேசியது அனாவசியம் என்று தோன்றிற்று. "அம்மா எப்படி இருக்கிறாள்?" என்று கேட்டால், "நன்றாக இருக்கிறாள்!" என்று சுருக்கமாக விஷயத்தை முடித்திருக்கலாம்...

மாலதி மீண்டும் பேசினாள்: "எவ்வளவு நாளா இந்தப் பழக்கம்?"

"எந்தப் பழக்கம்?"

“நான் வேறே மறுபடியும் சொல்லணுமா?”

“மாலதி, நான் நிஜம்மாச் சொல்லறேன், எனக்கு இதெல்லாம் பழக்கம் கிடையாது.”

“முன்னே கிடையாது, இப்போ உண்டு. அதான் ஊரிலே தெருவுக்குத் தெரு சாராயக் கடை திறந்திருக்காங்களே?”

“எனக்குப் பழக்கம் எல்லாம் ஒன்னும் கிடையாது. அந்தக் கான்ஸலேட்காரங்க ஒரு பார்ட்டி வைச்சாங்க எல்லாரும் நிறையக் குடிச்சாங்க. ஆனா நான் மட்டும்–நிஜத்தைச் சொல்லப் போனா–குடிக்கவும் இல்லை; அன்னிக்குச் சாப்பிடவும் இல்லை.”

“தியானம் பண்ணிட்டிருந்தயா?”

“இல்லை. பிரசங்கம் கேட்டிண்டிருந்தேன்.”

“அந்தப் பார்ட்டீலே லெக்சரும் இருந்ததா?”

“பார்ட்டீலே லெக்சர் இல்லை; பார்ட்டிக்கு வெளியிலேதான் லெக்சர் இருந்தது.”

மாலதி சந்தேகத்துடன் ரகுநாதனைப் பார்த்தாள். இதற்குள் அவர்கள் செட்டிநாடு அரசர் அரண்மனை அருகே சென்றுகொண்டிருந்தார்கள்.

மாலதி சொன்னாள்: “இதோ பார். நான் இப்போ உன்னை ரொம்பப் பெரிய மனுஷர் ஒருத்தர்கிட்டே அழைச்சிண்டு போறேன். அவர் என் வார்த்தைக்கு ரொம்ப மதிப்பு வைக்கிறவர். நானும் அவர் மீது ரொம்ப மரியாதை உள்ளவள். அதுனாலே யாருக்கும் கெட்ட பேர் உண்டாகாதபடி நீ பார்த்துக்கணும்.”

ரகுநாதனுக்குக் கோபம் வந்தது. “நீ என்ன பேசறே? இப்போ இந்த ஊரிலே இருக்கிற ஆம்பிளைங்கள்ளெ பாதிப் பேர் குடிகாரங்கதான். ஆனா நான் குடிகாரனும் இல்லை; எனக்குக் குடிக்குத் தேவையும் கிடையாது. ஆனால், ஊர் இருக்கிற நிலவரத்திலே யாரையும் குடிகாரன்னு பேர் வைச்சுடலாம். நீதான் உன் அந்தரங்கத்தைக் கேட்டுக்கொள்ளணும், நான் குடிகாரனா மாறியிருப்பேனா என்று.”

கார் இப்போது அடையாறு பாலத்தை நெருங்கியிருந்தது. பழைய பாலத்தைப் பெரிய இரும்பு கர்டர்கள் வைத்து ஓரளவு பலப்படுத்தி இருந்தார்கள். பக்கத்திலேயே ஒரு புதுப்பாலமும் கட்டிக்கொண்டிருந்தார்கள். மாலதி வெகு கவனமாக அந்த இடத்தில் காரை ஓட்டிக் கொண்டு போகவேண்டியிருந்தது. கடலிலிருந்து குளிர்ந்த காற்று அவர்கள் மீது தங்கு தடை

ஏதுமில்லாததால் ஆனந்தமாக வீசியது. ஆனால், பாலத்தைக் கடக்கும் வரையில் வேறெதைப் பற்றியும் நினைக்காமல் விபத்து ஏற்படாமல் அந்தக் குறுகிய பாலத்தைக் கடக்க வேண்டுமே என்று எல்லாரும் கவனமாக இருக்க வேண்டியிருந்தது. பாலத்தைக் கடந்தவுடன் வண்டி சீறிக்கொண்டு முன்னேறியது. அதோடு கடற்காற்று அவர்கள் மீது வீசுவதும் மறைந்தது.

பிரம்ம ஞான சபைப் பிரதேசத்தை வலமிருந்து இடமாகச் சுற்றி மாலதி காரை ஓட்டினாள். ரகுநாதன் மறுபடியும் பேசினான். "இது புனிதமான இடம் என்பார்கள். எங்கிருந்தோ இரு மேற்கத்தியர்கள் அவர்களுடைய ஆத்மீக சாதனைக்கு இந்த இடம்தான் ஏற்றது என்று உற்றார், உறவினர், நாடு வீடு, பணம் காசு எல்லாவற்றையும் துறந்து இங்கு குடியேறினார்கள். அவர்கள் இறந்துபோய் ஐம்பது–நூறாண்டுகள் ஆகிறது. ஆனால், எனக்கு இன்னும் இந்த இடத்தருகே வந்தாலே மயிர்க் கூச்சல் ஏற்படுகிறது."

"இதெல்லாம் என்னிடம் எதற்குச் சொல்கிறாய்? நீ பேசுவதெல்லாமே நாடக வசனம் போலிருக்கிறது."

அதற்குமேல் ரகுநாதன் பேசவில்லை. கார் ஆல்காட்டு துரை பள்ளியைத் தாண்டிச் சென்றது. கடற்கரைக்குப் பக்கத்தில் அந்த விசாலமான இடத்தில் நிறையக் கட்டிடங்கள் கட்டிக்கொண்டிருந்தார்கள். சில மாதங்கள் முன்பு ரகுநாதன் அங்கு சென்றிருந்தான். அப்போது அவ்விடத்தில் அங்கோரிடம் இங்கோரிடத்தில்தான் வீடுகள் இருந்தன. இப்போது வரிசை வரிசையாகப் பல மூன்று அடுக்குக் கட்டிடங்கள் தோன்றியிருந்தன.

மாலதி அக்கட்டிடங்களையும் கடந்து காரைச் செலுத்தினாள். இனிமேலும் தொடர்ந்து சென்றால் திருவான்மியூர்தான் என்று ரகுநாதன் கூறிக்கொண்டான். திருவான்மியூரில் ஒரு புராதனக் கோயிலிருந்தது. சிவன் கோயில். அதற்குச் சற்றுத் தள்ளி ஒரு இடுகாடு இருந்தது. அங்கே ஏதோ ஒரு வெள்ளைக்காரச் சாமியார் தபசு செய்வதாக முன்பு செய்தி வந்திருந்தது. முடிந்தால் அவரைத் தேடிப் பார்க்க வேண்டும் என்று ரகுநாதன் நினைத்துக் கொண்டான்.

திருவான்மியூர் செல்லும் சாலையில் மீண்டும் தூரத்தில் இரண்டு மூன்று பெரிய பங்களாக்கள் கண்ணில் தெரிந்தன. அவற்றை நோக்கி மாலதி காரைச் செலுத்தினாள். ஒரு பழங்காலப் பங்களா அருகில் கார் வேகம் குறைந்தது. அதை யாரோ வெள்ளைக்காரர்கள் வாசம் புரியக் கட்டியிருக்க வேண்டும். மிக விசாலமாகக் கட்டப்பட்ட அந்தப் பங்களாவுக்கு நாற்புறமும்

வெராந்தாவும் பல இடங்களில் கூரை ஓடு வேய்ந்ததாகவும் இருந்தது. வெராந்தாவில் தூண்கள் குறைந்தது இரண்டடியாவது குறுக்களவு கொண்டதாக இருந்தன.

பங்களாவைச் சுற்றிச் செடிதான் வேலியாக வளர்க்கப்பட்டிருந்தது. பங்களா எல்லைக்குள் பிரவேசிக்க கேட்டு மாதிரி இருந்த இடைவெளியில் பெயர்ப்பலகை எதுவும் இல்லை. ஆனால், பங்களாவின் அளவு, தோட்டம் எல்லாம் அதற்குரியவரைச் சாமான்யப் பணக்காரராக மதிப்பிட முடியாது என்று உறுதியாக அறிவித்தது.

பங்களாவின் முக்கிய வாசற்படிக்கு முன்னால் மாலதி காரை நிறுத்தினாள். அங்கே ஒரு பக்கத்தில் இரு பெரிய கார்களும் ஒரு ஸ்கூட்டரும் நிறுத்தப்பட்டிருந்தன. பெரிய காரில் ஒன்று பென்ஸ் வண்டி.

வெராந்தாவில் இருந்த நாற்காலிகளில் ஒன்றில் ரகுநாதன் உட்கார மாலதி உள்ளே சென்றாள். அதே சமயத்தில் இன்னொரு பக்கத்திலிருந்து இரு வேலைக்காரர்களும் அங்கு வந்தார்கள். அதில் ஒருவன் ரகுநாதனைப் பார்த்து "யாரு?" என்று கேட்டான். ரகுநாதன் பேசினால் அனாவசியச் சிக்கல் என்று ஜாடையாக 'உள்ளே' என்று கண்ணசைத்தான். அதை எப்படி வேண்டுமானாலும் அர்த்தம் செய்து கொள்ளலாம்.

உள்ளே மாலதியும் இன்னொருவரும் கலகலவென்று பேசும் சப்தம் கேட்டது. மாலதி ஏதோ சொல்ல அந்த ஆண் குரல் ஆர்ப்பாட்டமாகச் சிரித்தது. அப்புறம் அது பேச மாலதி சிரித்தாள். அந்த இரு குரல்களும் தான் இருக்கும் வெராந்தா நோக்கி நகர்வதை ரகுநாதன் உணர முடிந்தது.

இப்போது அந்த வேலைக்காரர்கள் இருவரும் மிகுந்த பயபக்தியுடன் ஒரு மூலையில் பதுங்கினார்கள். மாலதியும் இன்னொருவரும் வெராந்தாவில் பிரவேசித்தார்கள். அவர் ரகுநாதனைப் பார்த்து, "நீங்க உள்ளேயே வந்து உக்காந்திருக்கலாமே?" என்றார்.

ரகுநாதன் பிரமித்துப் போய் நின்றான். அன்று ஒரே நாளைக்குள் ராஜப்பாவை மீண்டும் சந்திப்போம் என்று அவன் எதிர்பார்க்கவில்லை.

11

“வாங்க, முதல்லே உள்ளே வந்து உக்காருங்க...” என்று ராஜப்பா சொன்னார். ரகுநாதனுக்கு அந்த ஒரு கணத்தில் ஏதேதோ எண்ணங்கள் குதித்துக் குவிந்தன. ஒரு மூலையில் ஒரு சந்தேகமும் இருந்தது. ராஜப்பா மீண்டும் குடித்துவிட்டாரோ? ஐயோ, அப்படியானால் மாலதி..?

அதற்குப் பதில் தருவது போல ராஜப்பா பேசினார்.

“மாலதி ஒண்ணும் பச்சைக் குழந்தை இல்லே. உங்களைப் பாத்தாலே அவ பச்சைக் குழந்தை இல்லைன்னு நன்னாத் தெரியுது. முதல்லே உள்ளே வாருங்க.”

மாலதியும் புன்னகை புரிந்தபடியே ரகுநாதனைப் பார்த்தாள். ரகுநாதன் அவளையும் ராஜப்பாவையும் பின் தொடர்ந்தான். மூவரும் ஒரு மிகப் பெரிய ஹாலில் அமர்ந்தார்கள். ஹாலில் ஜோடிப்பில் பலவித கலாச்சார இழைகள் விநோதமாக இருந்தன. புராதன இந்தியக் கலைப்பொருள்கள் இருந்தன. ஆப்பிரிக்கக் குடி மக்கள் ஒருவரின் ‘டோடம்’ தலைப் பாகம் இருந்தது. சுவரில் ஓரிடத்தில் புலித் தலை ஒன்று இருந்தது. மேசைப் பூத்தொட்டி பாரசீக நாட்டு மது ஜாடி மாதிரி இருந்தது. சோபாக்களுக்குக் கையால் அச்சிடப்பட்ட வர்ண ஜோடிப்புகள் கொண்ட கதர்த் துணி உறையாகப் போட்டிருந்தது.

மூவரும் அமரும்போது ஒரு சீருடைக்காரன் ஒரு உட்பக்கக் கதவு வழியாக எட்டிப் பார்த்து விட்டுச் சென்றான்.

ரகுநாதன் இருப்பதற்குள்ளேயே மிகவும் சௌகரியமானதாகத் தோன்றிய சோபா நாற்காலியில் உட்கார்ந்தான். அதில் அப்படியே ஆறங்குலம் மூழ்கிப் போனான். ஏகாந்தத்திற்கென்றே ஏற்பட்ட நாற்காலியாகத் தோன்றிற்று. அதில் உட்கார்ந்து கொண்டு யாருடனாவது பேச வேண்டும் என்றால் கூட விசேஷமாகக் கழுத்தை நீட்டிப் பேசவேண்டும்.

ராஜப்பா பேச ஆரம்பித்தார். "மாலதி சொல்லுது. நீங்க இப்போ ஒரு பச்சைக் குழந்தை மாதிரி கஷ்டத்திலே இருக்கிங்கன்னு. எனக்கு அவ பாஷை அவ்வளவு புரியறதில்லை. என்ன கஷ்டம்னு சொன்னீங்கன்னா என்னாலே முடியுமானா ஒத்தாசை பண்ணறேன்."

ரகுநாதனுக்கு அந்த நாற்காலி இன்னும் பழகிப் போகவில்லை. அவனுடைய இடை மெத்தையில் அழுந்திப் போக, அவனுடைய கால்கள் தரையில் எட்டமாட்டாமல் அந்தரத்தில் தொங்கின. கால் தரையில் படாமல் அவனால் பேச இயலவில்லை.

ராஜப்பா ரகுநாதனிடமிருந்து உடனுக்குடன் பதில் எதிர்பார்த்திருக்க வேண்டும். அவனிடமிருந்து பதில் வராமல் போனது கண்டு அவர் சிறிது அமைதி குலைந்து காணப்பட்டார். அவர் தலையை அங்குமிங்கும் அசைத்து, விரல்களால் நாற்காலிப் பிடியில் தாளம் போட்டுக் கால் செருப்பையும் படபடவென்று அடிக்க வைத்தார்.

மாலதி ஓர் இதமான புன்னகையோடுதான் அவர்களிருவரை யும் கவனித்தபடி இருந்தாள். ஆனால், அவளும் ரகுநாதன் தொடர்ந்து மௌனமாயிருப்பதைக் கண்டு கலக்கம் அடையத் தொடங்கியது அவளுடைய முகத்தில் தெரிந்தது.

ராஜப்பா இக்கட்டை முடிக்கும் வண்ணம் மாலதியைப் பார்த்து "அப்பாவுக்கு உடம்பு இப்போ எப்படியிருக்கு? பாத்து ரொம்ப ரொம்ப நாளாச்சு!" என்றார்.

மாலதிக்குத் தான் அங்கு வந்த விஷயம் திசை மாறிச் செல்வது குறித்து வருத்தம் ஏற்பட்டிருக்க வேண்டும். இருந்தும் "பரவாயில்லே, இங்கே சேத்துப்பட்டுக்கு வந்ததிலேந்து அவ்வளவு சிரமப்படலே," என்றாள்.

ராஜப்பா சொன்னார்: "எல்லாரும் ஊர் நடுவிலே ஆரோக்கியமாயிருக்காதுன்னு ஊருக்கு வெளியிலே வீடு கட்டிட்டாங்க. உங்க அப்பா ஊருக்கு வெளியிலிருந்து ஊர் நடுவிலே வீடு கட்டிண்டு வந்திருக்கிறார். அப்பவே இங்கே திருவான்மியூர்லே நிலம் வாங்கிப் போடப்பான்னு சொன்னேன்.

ஆகாயத் தாமரை

அவரு என்னமோ நாலு விலை கொடுத்துச் சேத்துப்பட்டுக்குப் போனாரு."

மாலதி பதில் தராமல் இருந்தாள்.

"எப்படி இருக்காரு உங்க புது சீஃப் ஜஸ்டிஸ்?" என்று ராஜப்பா கேட்டார்.

மாலதி, "ஸ்பெஷலா என்ன சொல்றதுக்கு இருக்கு?" என்றாள்.

"உங்க சீஃப் ஜஸ்டிஸூம் சீஃப் மினிஸ்டரும் ரொம்ப தோஸ்த்" என்று ராஜப்பா சொல்லிக் கண்ணைச் சிமிட்டினார்.

"ஏன் நீங்ககூடத்தான் சீஃப் மினிஸ்டருக்கு ரொம்ப வேணுங்கறவங்க. எவ்வளவு தடவை அவரோட ஃபோட்டோ எடுத்துட்டு இருக்கீங்க, எவ்வளவு தடவை அவருக்கு மாலை போட்டிருக்கீங்க?"

"ஆமாம்... ஆமாம்! ஹை ஸ்டேடஸ் இருக்கிறவங்க எல்லாரும் சீஃப் மினிஸ்டர்கிட்டே சிநேகிதமாகத்தான் இருக்கணும். அந்த ப.வ. சிவநாதன் கேஸ் தெரியுமில்லே..?"

"யார் ப.வ. சிவநாதன்?"

"அதான் அந்தத் தமிழ்ப் பண்டிதர். ஒரே ஆசார சீலரா இருப்பார். அவர் என்னடான்னா இப்ப சீஃப் மினிஸ்டரைத் தாங்கு தாங்குன்னு தாங்கறார். சீஃப் மினிஸ்டரை ஒரு அவதார புருஷன்னு இன்னும் சொல்லலை. அது ஒன்றுதான் பாக்கி."

மாலதி பதில் பேசவில்லை.

"நீ வந்த விஷயம் பத்திப் பேசவே இல்லையே..?" ராஜப்பா கேட்டார்.

ரகுநாதன் அவனுடைய நாற்காலியில் அசைந்தான். அவனைப் பற்றி அவன் எதிரிலேயே ஒரு விவாதம் நடந்துவிடுமோ என்று பயம் ஏற்பட்டது. ஒருவனுடைய தலைமறைவில் அவனை எவ்வளவு மட்டமாகவும் கிண்டலாகவும் பேசினால் கூட வருத்தம் ஏற்படுவதில்லை. ஆனால், நேருக்கு நேர் அம்மாதிரி நிகழ்ந்து விட்டால் நாள் கணக்கில் அது வேதனையை உண்டு பண்ணி விடுகிறது.

"விசேஷமா ஒண்ணும் இல்லே! இவர் எங்க குடும்பத்துக்கு ரொம்ப நாளாகத் தெரிஞ்சவர். என் கூடவே படிச்சார், கிளாஸ் மேட், காலேஜ் மேட் உங்களைப் பாக்க அழைச்சிண்டு வந்தேன்."

"இவரைத் தானே ஏதோ குழந்தைன்னு சொன்னே?"

"இந்த இங்லீஷிலே பேசினா இப்படித்தான் ஏதாவது சங்கடம் வந்துடறது. ஆனா இவரும் கொஞ்சம் குழந்தை மாதிரித்தான்."

ராஜப்பா ரகுநாதனைப் பார்த்துக் கண்ணைச் சிமிட்டினார். ரகுநாதனும் சிமிட்டினான்.

"இந்தக் குழந்தைக்கு என்ன பேர்?"

"ரகுராமன்," என்று மாலதி கூறினாள்.

"இல்லை, ரகுநாதன்!" ரகுநாதன் உரத்துக் கூறினான்.

"ஸாரி. ரகுநாதன்!" மாலதி திருத்திக் கொண்டாள்.

"நான் என்ன செய்ய முடியும் மிஸ்டர் ரகுநாதனுக்கு?"

மாலதி ரகுநாதன் பேசுவதற்காகக் காத்திருந்தாள். ஆனால், இம்முறையும் ரகுநாதன் வாய்திறவாமல் இருந்ததைக் கண்டு அவளே பேசினாள். "மிஸ்டர் ரகுநாதன் ஒரு சரியான உத்தியோகத்திற்காக அலைந்து கொண்டிருக்கிறார்."

"ஓ அப்படியா!" ராஜப்பாவின் குரல் அசுவாரஸ்யமாகத் தொனித்தது.

"உங்ககிட்டே சொன்னா நீங்க கட்டாயம் அவரை உபயோகப்படுத்திப்பீங்கன்னுதான்."

"என்ன ஸ்பெஷலைஸேஷன்?" என்று ராஜப்பா ரகுநாதனைக் கேட்டார்.

என்ன சொல்வதென்று தெரியாமல் ரகுநாதன் மௌனமாக இருந்தான். மாலதி குறுக்கிட்டுச் சொன்னாள். "ஆர்ட்."

"அப்படியா? எங்களுக்கு மெடிக்கல் கன்ஸல்ட்டண்ட்ஸ் ஏற்கெனவே இரண்டு பேரும் ரொம்ப ஸீனியர் டாக்டர்ஸ். இரண்டு பேர் கிட்டேயும் நர்ஸிங் ஹோம் சௌகரியங்கள்ளாம் இருக்கு. இப்போதைக்கு அந்த ஏற்பாட்டை மாத்தறதா எண்ணம் இல்லே."

மாலதி ரகுநாதனைப் பார்த்தாள். ரகுநாதனும் ஒன்றும் புரியாமல் விழித்தான்.

"பிராக்டிஸ் வைச்சிருக்கீங்க இல்லை?" என்று ராஜப்பா கேட்டார்.

"இல்லை!" என்று ரகுநாதன் சொன்னான்.

"அத ஏன் டிலே பண்றீங்க?"

"நீங்க என்ன பேசிண்டிருக்கீங்க?" என்று மாலதி ராஜப்பாவைக் கேட்டாள்.

"ஏன் என்ன விஷயம்?"

"எனக்கு ஒன்னுமே விளங்கலியே?"

ராஜப்பா ரகுநாதனைப் பார்த்துப் புன்னகை புரிந்தார். "இது ஆண்கள் உலகம். பொம்பளைங்களுக்கு என்ன புரியும்?"

ரகுநாதனும், "ஆமாம்" என்றான்.

மாலதி ரகுநாதனைப் பார்த்து "நீ என்ன பேசறே?" என்று கேட்டாள்.

ரகுநாதன், "இது ஆண்கள் உலகம்" என்றான்.

"வாட்?" மாலதி கோபத்துடன் கேட்டாள்.

இப்போது ராஜப்பா விழுந்து விழுந்து சிரித்தார். அவர் சிரிப்பதைப் பார்த்து ரகுநாதனுக்கும் சிரிப்பு வந்தது. மாலதி மிகவும் கோபமடைந்தவளாக இருந்தாள்.

ராஜப்பா மிகவும் உற்சாகத்துடன், "நீங்க அடிக்கடி வந்துண்டு போயிட்டிருங்க, டாக்டர்" என்றார்.

மறுபடியும் மாலதியும் ரகுநாதனும் ஒருவரை ஒருவர் பார்த்துக் கொண்டார்கள். மாலதியின் கோபம் திடீரென்று மறைந்து விட்டது.

"ரகுநாதன் டாக்டரில்லை" என்றாள்.

ராஜப்பா அதைக் கவனித்ததாகத் தெரியவில்லை.

"ரகுநாதன் டாக்டரில்லை என்று சொன்னேன்!" என்று மாலதி மீண்டும் கூறினாள்.

"அதனாலென்ன, எல்லோரும் டாக்டராக இருக்க வேண்டுமா?" என்று ராஜப்பா சொன்னார்.

"எனக்குப் பைத்தியமே பிடித்துவிடும் போலிருக்கிறது" என்று மாலதி சொன்னாள்.

ராஜப்பா மீண்டும் விழுந்து விழுந்து சிரித்தார். ரகுநாதனுக்கும் சிரிப்பு வந்தது. அதை அடக்க முடியாமல் அவதிப்பட்டுப் பிறகு அவனும் சிரித்தான்.

அப்போது ஒரு சீருடைப் பணியாளன் அவர்களுக்கு டீ கொணர்ந்து வைத்தான். தேயிலை டிகாஷனும் பாலும் சர்க்கரையும் தனித்தனியாக அவரவர்கள் விருப்பப்படி கலந்து

கொள்ளும் வகையில் இருந்தது. மாலதி கோபமாக இருந்தாலும் சம்பிரதாயத்தை மீற முடியாமல் மூவருக்கும் டீ கலந்து தருவதில் முனைந்தாள்.

“எனக்குச் சர்க்கரை கிடையாது” என்று ராஜப்பா சொன்னார். மூவரும் அவரவர் கோப்பைகளை எடுத்துக் கொண்டார்கள்.

“உங்களை இதுக்குமுன்னாலே எங்கேயாவது பார்த்திருக்கேனா டாக்டர்?” என்று ராஜப்பா கேட்டார். இப்படிக் கேட்டுவிட்டு “நான் இந்த அரைமணி நேரம் செலவழிச்ச விதத்தை எங்க டைரக்டர்கள் கேள்விப்பட்டாங்கன்னா நான் பெரும் பொறுப்பு ஏற்றுப் பதவி வகிக்கக் கொஞ்சமும் லாயக்கில்லாதவன்னு கீழே இறக்கி வைச்சிடுவாங்க” என்றார்.

ரகுநாதன் அவர் முகத்தை ஏறிட்டுப் பார்த்தான். அவர் தன் பேச்சை மேற்கொண்டு விளக்கிச் சொல்வது போலத் தொடர்ந்து பேசினார். “நம்ம பேசின பேச்சுக்கு ஒரு அர்த்தம் கிடையாது. ஒரு இலக்கு கிடையாது. நம்ம பேசினது ஒருத்தருக்கொருத்தர் புரியலை. ஆனா நம்ம பாட்டுக்குச் சிரிச்சிருக்கோம், கோச்சிண்டிருக்கோம். அப்பா, எவ்வளவு ஆறுதலா இருக்கு இப்படி இருப்பது!”

மாலதியும் ரகுநாதனும் டீ குடித்து முடித்துவிட்டார்கள். ஆனால், ராஜப்பா இன்னும் உணர்ச்சி மிகுந்து அப்படியே கையில் கோப்பையை வைத்துக்கொண்டு உட்கார்ந்திருந்தார்.

மாலதி எழுந்து நின்றாள். “அங்கிள், இனிமே நாங்க போகணும். எனக்கு இந்த வாரம் கொஞ்சம் கடுமையானது” என்றாள்.

ராஜப்பாவும் எழுந்தார். ‘அவ்வளவுதான்’ என்று வருத்தத்தோடு கூறினார். அப்புறம், “நீ ஏதோ எங்கிட்ட பேச வந்தே இல்லே?” என்று கேட்டார்.

“ஒண்ணும் இல்லை. சும்மா பாக்க வந்தேன், அவ்வளவுதான்.”

“இல்லேம்மா, நீ பொய் சொல்லறே. பாரு, எம்மூளை எப்படிக் கெட்டுக்கிடக்குன்னு. பிஸினஸ்ஸுன்னா கம்ப்யூட்டர் கணக்கா வேலை பண்ணறது. சொந்த மனுஷங்க விஷயம்னா கிழட்டு எருமை மாடு மாதிரி இரண்டடி முன்னாலே போய் நாலடி பின்னாலே போறது... எனக்கே ஆச்சரியமா இருக்கு. எனக்கு என்னைப் பாத்தே ரொம்ப ஆச்சரியமா இருக்கு. இன்னிக்கு நடந்த மாதிரி நடந்து, நானும் இப்ப நடந்திண்ட மாதிரி நடக்கலேன்னா நான் இப்படியெல்லாம் நடந்துகொள்ளக் கூடியவன்னு எனக்குத் தெரிஞ்சிருக்கவே தெரிஞ்சிருக்காது.

அதுக்கு உனக்கு நான் ரொம்ப நன்றி தெரிவிக்கணும் மாலதி. உங்களுக்கும் டாக்டர்!"

"டாக்டர்! அங்கிள், இவர் டாக்டர் இல்லே. டாக்டர் இல்லே. டாக்டர் இல்லே."

"அப்படியா? சரி, நான் உங்களை எங்க பார்த்திருக்கேன், டாக்டர்? நாம இதுக்கு முன்னாலே எங்கேயோ சந்தித்த மாதிரி இருக்கே?"

ரகுநாதன் ஒரு கணம் யோசித்தான். அவனுடைய நாக்கு நுனியில் அந்தப் பெரும் தனவந்தர் பொழுது போக்கு விடுதியின் பெயர் நடனமாடிக் கொண்டிருந்தது. இதை எப்போதோ ராஜப்பாவிடம் கூறி அவருடைய பேச்சை ஒரு முனைப்புடைய தாகச் செய்யலாம். ஆனால் என்ன காரணமோ அதைச் சொல்லத் தயக்கமாகவே இருந்தது. ஆதலால் இப்படிச் சொன்னான்.

"இன்று காலைதான்," என்றான், ஆங்கிலத்தில்.

"இன்று காலையா? எங்கே?"

"உங்கள் மெயின் ஆபீஸில்."

"எக்ஸாக்ட்லி! இன்னிக்கு அந்த ஒரு இடத்திற்குத் தான் போயிருந்தேன். ஆனா அங்கே உங்களை எங்கே பார்த்தேன், டாக்டர்?"

இப்போது மாலதி வியப்படைந்தவளாகத் தெரிந்தாள். அந்த வியப்பில் ராஜப்பா ரகுநாதனை டாக்டர் என்று தொடர்ந்து கூப்பிட்டுக் கொண்டிருப்பது அவளைத் தொந்தரவு செய்ய வில்லை. அவளுக்கு ரகுநாதன் இதற்கு முன்னம் ராஜப்பாவைச் சந்தித்திருப்பதாகக் கூறியது ஒரு சிறு குழப்பத்தை ஏற்படுத்தியிருக்க வேண்டும். "நீ எங்கிட்டே சொல்லவே இல்லையே?" என்று ரகுநாதனிடம் கூறினாள்.

"எனக்குச் சொல்றதுக்குச் சரியான சந்தர்ப்பம் ஏற்படலை."

"இன்னி முழுக்க இருந்த நாலுமணி நேரத்தில ஒரு தடவைகூட இதைச் சொல்லச் சந்தர்ப்பம் கிடைக்கலியா?"

இப்போது ராஜப்பா குறுக்கிட்டார். "நீங்க அப்புறம் சண்டை போட்டுக்குங்க. சொல்லுங்க டாக்டர். இன்னிக்கு நான் போனதெல் லாம் போர்ட் ஆஃப் டைரக்டர்ஸ் கான்பரன்சுக்குத்தான். அதுக்குள்ளே நான் மறந்து போயிட்டேன்னா நான் உடனே உங்ககிட்டே ட்ரீட்மெண்ட்டுக்கு வர வேண்டியதுதான்."

மாலதி தன் தலையை இரு கைகளாலும் பிடித்துக் கொண்டாள். "இப்போ எனக்கு உடனே ட்ரீட்மெண்ட் வேணும்," என்றாள்.

"சொல்லுங்க, டாக்டர், எங்கே? எப்போது?"

"உங்க செக்ரட்டரி ரூமிலே."

"இன்னிக்கு நான் அங்கே போகவேயில்லையே?"

"இல்லை, வந்தீங்க."

"ஓ எஸ். அவனைச் சில தகவல்களைச் சரி பார்க்கச் சொன்னேன். அப்போ கூட அங்கே இருந்த ஏதோ ஒரு ஆள் என்கிட்டே –"

இப்போது ராஜப்பா தூக்கத்திலிருந்து விழித்தவர் போல விரைப்புற்றார். ரகுநாதனை உற்று நோக்கினார். பிறகு, "முடியாது – இல்லை," என்றார்.

"என்னது?" மாலதி கேட்டாள்.

"அந்த ஆளு டாக்டரா இருக்க முடியாது. அதோட அவன் ஒரு ஸ்டுபிட் டை கட்டியிருந்தான்."

"என் மாதிரி," என்று ரகுநாதன் சொன்னான்.

ராஜப்பா ரகுநாதனுடைய கழுத்து டையைப் பார்த்தார். "இது இல்லை," என்றார்.

"மிஸ்டர் ராஜப்பா, நீங்க உங்க செக்ரட்டரி ரூமிலே பார்த்தது என்னைத்தான்."

"என்னாலே நம்ப முடியலை. என்னாலே நம்பவே முடியலை!"

"நீ இங்கதான் இண்டர்வ்யூவுக்குப் போயிருந்தயா?" மாலதி கேட்டாள். "என் கிட்டே முன்னாலியே சொல்லக் கூடாது?"

"நான் இண்டர்வ்யூவுக்குப் போகலை –"

"என்னாலே நம்பவே முடியலை! நீங்கதானா டாக்டர், அங்கே இருந்தது? நான் எவனோ ஒத்தன் வேலை கொடுன்னு தொந்தரவு செய்யறவன்னு சரியாக்கூடப் பாக்கலை."

"நீங்க ரொம்ப மும்முரமாத்தான் இருந்தீங்க. அதைக்கூடச் சொன்னீங்க."

"உங்கிட்டயா?"

"ஆமாம்."

“ஓ! நம்பவே முடியலையே! நம்பவே முடியலையே! என் கண்ணே இவ்வளவு ஏமாத்தறதா?”

மாலதி முகத்தில் எள்ளும் கொள்ளும் கொதித்தது. “இவ்வளவு நடந்திருக்கு. என்கிட்டே நீ ஒரு வார்த்தை சொல்லலியே!”

“என்ன நடந்திருக்கு? ஒண்ணும் நடக்கலை! ஒண்ணுமே நடக்கலை.”

“இங்கே அழைச்சிண்டு வரப்பவாவது சொல்லியிருக்கலாமே?”

“எப்படிச் சொல்றது? நீ எனக்குச் சொன்னியா?”

“என்ன டாக்டர், மாலதி ரொம்பக் கோச்சுக்கிறா? ராஜப்பா குறுக்கிட்டார்.

மாலதி கோபத்தோடு அந்த ஹாலை விட்டு வெளியேறினாள். ரகுநாதன், “மாலதி! மாலதி!” என்று கூப்பிட்டான். அதை அவள் பொருட்படுத்தவில்லை. ரகுநாதனும் அவளைப் பின் தொடர்வதற்கு இருந்தான். தன் கண் தன்னை ஏமாற்றிவிட்ட ஏக்கத்தில் கலங்கிப் போயிருந்த ராஜப்பா ரகுநாதன் கையைப் பிடித்து நிறுத்தினார்.

“சொல்லுங்க டாக்டர். நீங்க வந்தீங்களே, எதுக்கு வந்தீங்க? நான் எப்படித்தான் நடந்துண்டேன்? என் மூளை தான் சிதறிப் போயிண்டிருக்கா? எனக்குக் கிழட்டுத் தன்மை வந்துடுத்தா? நான் செய்யற காரியங்க, பேசற பேச்செல்லாம் எனக்கே தெரியறதில்லையா? சொல்லுங்க, டாக்டர். எனக்குத் தயவு செய்து உதவி செய்யுங்க.”

“மிஸ்டர் ராஜப்பா, உங்களுக்கு நான் என்ன உதவி செய்ய முடியும்? நான் டாக்டர் இல்லே.”

“நீங்க டாக்டர்னு சொல்லலே? ஹார்ட் ஸ்பெஷலிஸ்ட்...”

“அதெல்லாம் இல்லை. நான் ஆர்ட் – அதாவது கலை ஸ்பெஷலிஸ்ட் அப்படீன்னு மாலதி சொன்னா?”

“அப்படியா? எனக்கு நம்பவே முடியலையே?”

“நான் போகணும், மாலதி போயிடுவா!”

“ஒன்னு சொல்லிடுங்க, டாக்டர். நீங்க இன்னிக்கு வந்தது எதுக்கு?”

“நான் டாக்டர் இல்லை. நான் உங்களைப் பார்க்க வந்தது ஒரு வேலை கேட்கத்தான்.”

12

ரகுநாதன் மாலதியைத் தேடிப் போனான். அவள் அதற்குள் காரில் ஏறிக்கொண்டு அதைக் கிளப்பியும் விட்டாள். என்னதான் கோபமிருந்தாலும் தன்னை அங்கே விட்டுவிட்டுப் போய்விட மாட்டாள் என்றுதான் நினைத்தான். ஆனால், அதுவும் பொய்யாயிற்று. அவள் புர்ரென்று காரைக் கிளப்பிக்கொண்டு போய்விட்டாள்.

ரகுநாதன் மலைத்து நின்றான். அன்று பொழுது விடிந்ததிலிருந்து எல்லாமே ஒரே பைத்தியக்காரத்தனமாக நடந்துகொண்டிருக்கிறது. மாலதியைச் சந்தித்தது ஓர் உற்சாகமளிக்கும் அனுபவம் என்று நினைத்ததும் தவறு. எவ்வளவோ நாட்கள் கழித்துச் சந்தித்தது இப்படிப் போய் வருகிறேன் என்று கூடச் சொல்லிக் கொள்ளாமல் போய்விடுவதற்கா?

அவன் நின்ற இடத்திலிருந்து பங்களா கேட்டும் பங்களா வெராந்தாவும் சம தூரமாக இருந்தன. இப்போது திரும்பி ராஜப்பாவைப் பார்க்கப் போவதா? அல்லது வீட்டு வெளியே போய்ச் சென்னையை நோக்கி நடக்கத் தொடங்குவதா?

இரண்டாவது யோசனைதான் வென்றது. ரகுநாதன் வெளிகேட் நோக்கி நடக்கத் தொடங்கி னான். ஆனால், அவன் அதை அடைவதற்குள் ஓர் ஆள் அவனிடம் ஓடி வந்து, "உங்களை ஐயா இட்டாரச் சொன்னாரு." என்றான்.

"நான் உங்க ஐயாவைப் பார்க்கத் தயாரா யில்லை!" என்று சொல்லிக்கொண்டே ரகுநாதன் கேட்டை விட்டு வெளியேறினான். அவன் அந்தப்

பாதையில் பத்தடிகூடச் சென்றிருக்க மாட்டான், இன்னொரு ஆள் வந்துவிட்டான். "ஐயா உங்களைக் கட்டாயம் இட்டாரச் சொன்னாரு." என்றான்.

"நான் வரத் தயாரா இல்லை. போய்ச் சொல்லு!" என்று பதில் தந்துவிட்டு ரகுநாதன் மேற்கொண்டு நடந்தான். ஆனால், அந்த ஆள் அப்படியே ரகுநாதன் முன்னிலையில் சென்று கையைக் கூப்பினான். "நீங்க வந்து ஒரு வார்த்தை கேட்டுட்டுப் போங்க. இல்லேன்னா அவரு எங்களை உயிரோட வைச்சிருக்க மாட்டாரு," என்றான்.

"அப்போ உன் உயிரைக் காப்பாத்தற எஜமான்னாப் பாத்து வேலைக்குப் போ," என்று சொல்லிவிட்டு ரகுநாதன் தொடர்ந்து நடந்தான். அந்த ஆள் "ஐயா, ஐயா! சாமி, சாமி!" என்று அழைத்தவாறே பின் தொடர்ந்துகொண்டிருந்தான். ரகுநாதனுக்குத் தான் பின்தொடரப்படுகிறோம் என்ற உணர்வு இல்லாமல் நடப்பது மிகவும் கடினமாக இருந்தது.

ஆனால், அதற்கு முற்றுப்புள்ளி ஒரு கார் உருவத்தில் வந்தது. இம்முறை ராஜப்பா தன்னுடைய காரையே அனுப்பித்திருந்தார். அந்த டிரைவர் ரகுநாதனைக் கடந்து போய் வண்டியை நிறுத்திக் கீழே இறங்கி, "சார், உங்களை ஐயா கையோட கொண்டுவரச் சொன்னாரு!" என்றான்.

"நான் வர முடியாதுன்னாக்கூட நீ கொண்டுபோயிடுவியா?" என்று ரகுநாதன் கேட்டான். அந்தக் கேள்வியின் முழுப் பொருள் சட்டென்று விளங்காமல் டிரைவர் அப்படியே நின்றான். ரகுநாதன் காரில் ஏறிக்கொண்டான். அந்தப் பாதையில் அப்படியும் இப்படியுமாக வண்டியைப் பின்னும் முன்னும் டிரைவர் செலுத்தி, ஒரு வழியாகக் கார் ராஜப்பா வீட்டின் பக்கம் திரும்பியது. கார் சீறிச்செல்ல மற்ற இரு ஆட்கள் பின்னால் ஓடி வந்தார்கள்.

ரகுநாதன் காரிலிருந்து இறங்கி நேரே உள்ளே சென்றான். ஹாலில் யாரும் இல்லை. அவனுக்குச் சட்டென்று ஒரு பயம் தோன்றிற்று. அந்த அத்துவானக் காட்டில் அக்கம் பக்கம் வேறு மனிதர்கள் இல்லாத அந்த இடத்தில் ராஜப்பா தன் ஆட்களைக் கொண்டு ரகுநாதனைக் கட்டிப்போட்டு உதைத்தால் யார் கேட்பதற்கு? ராஜப்பாவின் கடந்த கால நடத்தையிலிருந்து அவன் என்னதான் செய்வார் என்று எதிர்பார்ப்பதற்கில்லை. ஆதலால் இப்படியும் நடக்கலாம் அல்லவா?

ரகுநாதன் தான் வலியச் சென்று ஒரு வலையில் சிக்கிக் கொண்டதற்கு மிகவும் மனம் வருந்தினான். எல்லாம் அந்த

மாலதியைச் சந்தித்ததில் வந்த வம்பு. இனிமேல் யாராவது உதவி புரிகிறேன் என்று வந்தால் முதலில் என்ன மாதிரி எந்த மனிதனைக் கொண்டு உதவி புரிய நினைக்கிறீர்கள் என்று கேட்டுத் தெரிந்து கொள்ள வேண்டும்.

அவனுடைய பீதியை அதிகரிக்கும் வண்ணம் திடீரென்று அந்த வீட்டில் யாருமே இல்லாதது போன்ற சூழ்நிலை நிலவியது. எவ்வளவு வேலைக்காரர்கள்? எவ்வளவு சீருடைக்காரர்கள் இருந்தார்கள்? இப்போது திடீரென்று எல்லாரும் எங்கே போய் விட்டார்கள்?

ரகுநாதன் அந்த ஹாலிலிருந்தபடியே எல்லா ஜன்னல்கள் கதவுகள் வழியாக எட்டிப் பார்த்தான். அந்த ஹாலைத் தாண்டிச் செல்லக்கூடிய அறைகள்யாவும் ஏதோ அந்தரங்கங்கள் கொண்டது போலவே தோன்றின. பிறருடைய தனிமையை மதிக்காமல் நடந்து கொள்ள அவனுக்கு இன்னும் துணிச்சல் வரவில்லை. அத்துடன் தான் முன்னழைக்கப் படாத அறைகளுக்குச் சென்று வேடிக்கை பார்ப்பது சந்தேகத்திற்கு இடமாகுமல்லவா?

பிற்பகல் நேரம் மாலையுடன் இணைந்து கொண்டிருந்தது. அந்த ஹாலில் செயற்கை வெளிச்சம் இப்போது செயற்கையாக, தேவையற்றதாகப் படவில்லை. வெகு சீக்கிரம் இருட்டியும் விடும். இருட்டிய பிறகு இந்த தனிக் கூண்டிலிருந்து சென்னையை அடைவது எப்படி? இங்கு பங்களாக்களில் வசிப்பவர்களுக்குக் கார்கள் உண்டு. எங்கு வேண்டுமானாலும் எப்போது வேண்டுமானாலும் போகலாம். இந்த வீடுகளில் வேலை செய்பவர்கள் வேறு விதமான ஏற்பாடு வைத்திருப்பார்கள். அவர்களுக்கு இது தொலைவில் உள்ளது, இங்கிருந்து அறிமுகம் இல்லாதவன் ஒருவன் வருவது போவது மிகவும் கடினம் என்ற எண்ணமே இல்லாதவர்களாக மாறியிருக்கக்கூடும்.

ரகுநாதன் ஹாலை விட்டு வெளி வராந்தாவுக்கு வந்தான். அங்கேயும் யாரும் இல்லை. அங்கு நின்றால் தெரியக்கூடிய தோட்டப் பகுதியிலும் யாரும் இல்லை. இரு கார்கள் நின்று கொண்டிருந்தன. ஆனால் டிரைவர்கள் என்று யாரும் காணோம். வெளிக் கேட் ஒழுங்காக மூடி வைக்கப்பட்டிருந்தது. கண்ணுக்குத் தெரிந்த அசைவு, வெளியே வானத்தில் சில பறவைகளும் இங்கே தோட்டத்தில் செடிக்குச் செடி தாவிக் கொண்டிருந்த ஒரு வண்ணத்துப் பூச்சியும்தான்.

ரகுநாதன் தான் அணிந்திருந்த கோட்டைக் கழற்றினான். அன்று காலையிலிருந்து அதை மாட்டிக்கொண்டு அலைந்துவிட்டு இப்போது அதை அகற்றியது ஒரு விசேஷ விடுதலை உணர்வைத்

தந்தது. அப்படியே டையையும் தளர்த்திக் கொண்டான். அப்புறம் சட்டைக் கழுத்துப் பொத்தானை அவிழ்த்து டையை முழுக்க உருவி அகற்றினான். இப்போது அவனுடைய விடுதலை உணர்வு இன்னும் அதிகமாயிற்று. சிறிது தண்ணீர் கிடைத்து முகத்தைக் கழுவிக் கொண்டால் அவனுடைய விடுதலை பூரணம் அடைந்துவிடும் போலத் தோன்றிற்று.

ஹாலில் ஒரு மூலையில் கை கழுவும் பேசின் இருந்தது. ரகுநாதனுக்கு மீண்டும் 'ஹால்' உள்ளே போக விருப்பமில்லா திருந்தது. தோட்டத்தில் ஒரு பெரிய தண்ணீர்த்தொட்டி இருந்தது. ரகுநாதன் அங்கு சென்று முகம் கழுவிக் கொள்ளத் தீர்மானித்தான்.

கோட்டையும் டையையும் கரையில் வைத்துவிட்டு ரகுநாதன் இரு கைகளாலும் தண்ணீரை எடுத்து முகத்தில் அடித்துக் கொண்டான். தண்ணீர்த் தொட்டியில் தண்ணீர்ப் பரப்பு வளையம் வளையமாக விரிந்து சென்றது. மீண்டும் தண்ணீர் அமைதியுற ரகுநாதன் காத்திருந்தான். அதன் பிறகு அவனுடைய முகத்தின் பிம்பத்திற்குப் பக்கத்தில் இன்னொரு உருவம் தோன்றிற்று. ரகுநாதன் திரும்பிப் பார்த்தான். ராஜப்பா நின்று கொண்டிருந்தார்.

ரகுநாதன் கீழே இருந்த கோட்டையும் டையையும் எடுக்கக் குனிந்தான். அதற்குள் ராஜப்பா அவற்றை எடுத்து ரகுநாதனிடம் நீட்டினான். ரகுநாதன் அவற்றை வாங்கிக் கொண்டான். ஒற்றைக் கையால் கைக்குட்டையை எடுத்து முகத்தைத் துடைத்துக் கொண்டான். அதன் பிறகு ராஜப்பாவை ஏறிட்டுப் பார்த்தான். "அப்புறம் என்ன?" என்று கேட்டான்.

"உள்ளே போய் உட்காரலாம்," என்று ராஜப்பா சொன்னார்.

"சரி."

ராஜப்பா முன்னே செல்ல ரகுநாதன் பின் தொடர்ந்தான். ஆனால், அவர்கள் வெராந்தாவைக் கடக்கவிருக்கும் போது ரகுநாதன் "மிஸ்டர் ராஜப்பா," என்று கூப்பிட்டான்.

"எஸ்?" என்று கேட்டு ராஜப்பா திரும்பினார்.

"உள்ளே போய் உக்கார்ரதுக்கு முன்னாலே எனக்கு ஒன்னு தெரியணும்."

"என்ன?"

"நான் உங்களோட எதுக்குப் பேசணும்? எனக்குக் காரணம் தெரியலை."

"உனக்குத் தேவையில்லை, எனக்குத் தேவையிருக்குன்னு நினைச்சுக்கோ…"

"இப்பவே ரொம்ப நேரமாயிடுத்து. எனக்கு வீடு திரும்ப ரொம்பக் கஷ்டமாயிடும்."

"உன்னை உன் வீட்டிலே கொண்டுபோய்ச் சேர்க்கிற பொறுப்பு என்னுடையது."

ரகுநாதன் மேற்கொண்டு கேள்விகள் எழுப்பாமல் ராஜப்பாவின் பங்களா ஹாலுக்குள் போய் உட்கார்ந்து கொண்டான்.

அவனுக்குச் சற்றுத் தள்ளி ஒரு தனி சோபா-நாற்காலியில் ராஜப்பாவும் உட்கார்ந்தார். "சரி… என்ன விஷயம்?" என்று கேட்டார்.

"நீங்க கேட்டா? நீங்கதானே என்னை அழைச்சு வரச்சொன்னீங்க?"

"என்னை முதல்லே தேடி வந்தது நீதானே?"

"இல்லை!"

"சரியாக ஞாபகமூட்டிப் பார்!"

"சரி, நான்தான் வந்தேன்…"

"அப்போ சொல்லு, உனக்கு என்ன சங்கடம்?"

ரகுநாதனுடைய மனநிலை மிகவும் குழப்பம் மிகுந்ததாயிற்று. இந்த மனிதர் என்னதான் செய்ய விரும்புகிறார்? எவ்வளவு முரண்பாடுகள் இந்த மனிதரிடம் இருக்கின்றன? இவருடைய கேள்வியை எதார்த்தமாக எடுத்துக் கொள்வதா, அல்லது இது வேறு ஏதோ பொருள் பொதிந்திருப்பது என்று ஜாக்கிரதையுணர்ச்சியோடு பேசாமல் இருப்பதா?

"எனக்கு முதலில் உங்களிடமிருந்து ஒரு விளக்கம் வேண்டும்" என்று ரகுநாதன் சொன்னான்.

"என்ன?"

"மாலதி இருந்தபோது என்னைச் சந்தித்ததே நினைவில்லாதது மாதிரி நடந்து கொண்டீர்களே, அதற்கு என்ன பொருள்?"

"அவள் எளிதில் உன்னை அடையாளம் கண்டுகொண்ட மாதிரிக் காண்பித்துக் கொள்ள விரும்பாததால்தான்."

"ஏன்?"

“உனக்குத் தெரியவில்லையா?”

“எனக்குப் புரியவில்லை.”

“நீ என்னை ஞாபகமிருக்கிறதா என்று பரிசோதித்துப் பார்க்கிறாய். ஆனால், நான்தான் உன்னை அப்படி எல்லாம் செய்ய வேண்டியிருக்கிறது.”

“நீங்கள் எதைச் சொல்கிறீர்கள்?”

ராஜப்பா தொண்டையைக் கனைத்துக் கொண்டார். பிறகு தன் முகபாவத்தை மாற்றிக் கொண்டார். கண்களை ஆகாயத்தைப் பார்த்த மாதிரி வைத்துக் கொண்டார். பிறகு பேசத் தொடங்கினார். “உனக்கென்ன, இருபத்தைந்து வயது இருக்குமா? இதுதான் நீ சரியாக முடிவெடுக்கவேண்டிய தருணம். உன் பிற்கால வாழ்க்கையை அது சீராகவும் படிப்படியாகவும் வளர்ச்சி பெற வழி அமைத்துக் கொள்ள வேண்டிய வேளை இதுதான்...”

ரகுநாதன் ஆச்சரியத்தில் நிமிர்ந்து உட்கார்ந்தான். அன்று இரவு அந்தப் பொழுதுபோக்கு விடுதியில் இந்த மனிதன் குடிபோதையில் பேசின பேச்சை அப்படியே வார்த்தைக்கு வார்த்தை திருப்பிச் சொல்கிறான்! இவனையா ஞாபக மறதியுடையவன், அலட்சிய புத்தியுடையவன் என்று நினைத்தோம்! அப்படி என்றால் இவன் ஆடுவது எல்லாமே நாடகமா? எது நாடகம், எது உண்மை?

ராஜப்பா இப்போது ரகுநாதனைப் பார்த்தார். தான் ஏதோ மனப்பாடம் செய்ததை ஒப்பித்துக் கொண்டிருப்பதை நிறுத்தி, ரகுநாதனிடம் கேட்டார், “இப்போ என்கிட்டே சொல்லலாம் இல்லையா..?”

“அப்படித்தான் தோனறது...”

ராஜப்பா புன்னகை புரிந்தார். “எனக்கு மாலதியைக் குழந்தையிலிருந்து தெரியும். உன்னையும் தெரிஞ்சிருக்கணும். ஆனா என்னவோ இவ்வளவு நாள் தெரியாம போயிடுத்து. என்னுடைய வாழ்க்கையிலே இந்த மாதிரி உறவுகளுக்கு நேரம் ஒதுக்கறதுக்கு நான் மிகவும் சிரமப்படணும். இந்த இரண்டு மணி நேரம் அதான் நீயும் மாலதியும் இங்கே வந்ததிலேயிருந்து என் பெர்ஸனாலிட்டியையே மாத்திக்க முடிஞ்சிருக்கு. சரியான ‘இடியட்’ மாதிரி நடந்து கொள்ளக்கூடிய சுதந்திரம் கிடைச்சிருக்கு. நீ கேக்கலாம். உங்க மாதிரி இருக்கிறவங்க எப்ப வேணும்னாலும் இந்தச் சுதந்திரத்தைப் பெற்றுக்கொள்ளலாமேன்னு! ஆனா அப்படி இல்லை. இந்தச் சுதந்திரத்தை நான் எவ்வளவோ

நாட்களுக்குப் பிறகு தான் பயன்படுத்திக் கொண்டிருக்கேன். என் வரைக்கும் சுதந்திரம் ஒரு ஆகாயத் தாமரை மாதிரி. அதைச் சொல்லறப்போ ஏதோ நிஜமானது போலே இருக்கு. ஆனா அதுக்கு ஆதாரம் கிடையாது. அது சாத்தியமானது கிடையாது."

ராஜப்பா இதைச் சொல்லிவிட்டுச் சிறிது நேரம் மௌனமாக இருந்தார். மீண்டும் பேசத் துவங்கினார். "இப்போது சொல்லு, உன்னுடைய பிரச்னை எதுவென்று."

"எனக்கு வேலை வேண்டும்."

"இன்னும் கொஞ்சம் தெளிவாகச் சொல்லு."

"எனக்கு ஒரு உத்தியோகம் வேண்டும்."

"இப்போதிருக்கும் உத்தியோகம்?"

"என்னை சஸ்பெண்டு செய்திருக்கிறார்கள்."

"எதற்கு?"

ரகுநாதன் ஒருமுறை பெரிய மூச்சு இழுத்துவிட்டான். "உங்களுக்கு தெரியாத விஷயமில்லை. உங்களுடைய வயதுக்கும் அனுபவத்திற்கும் அப்பாற்பட்டது அதிகமிருக்காது, இந்தச் சென்னையைப் பொறுத்தவரையில்."

"உன் பீடிகை பலமாக இருப்பதைப் பார்த்தால் உன் தவறும் பெரியதாக இருக்கும் போலிருக்கிறது."

"இல்லை. உண்மையில் என் தவறு அளவில் பெரியது இல்லை. சரி, அளவு என்று சொல்வது அவ்வளவு பொருத்தமில்லை. விளைவுகளில் பெரிய தவறு என்று சொல்வதற்கில்லை."

"இனிமேல் விஷயத்திற்கு வரலாமில்லையா?"

"வரலாம். நான் பொய்க் காரணம் சொல்லி நான்கு நாட்கள் லீவு எடுத்துக் கொண்டேன். பொதுவாக எங்கு யார் வேலை பார்த்தாலும் இச்சலுகைகளை உண்மையான காரணம் சொல்லிப் பயன்படுத்திக்கொள்ள இயலுவதில்லை. நண்பன் கல்யாணத்திற்குப் போக வேண்டுமென்றாலும் பாட்டிக்கு உடம்பு சரியில்லை என்றுதான் காரணம் கூறவேண்டியிருக்கிறது."

"அப்புறம்?"

"நீங்கள் உங்கள் சுதந்திரம் ஆகாயத் தாமரை மாதிரி என்றீர்களே, எங்கள் சுதந்திரத்தைப் பார்த்தீர்களா? உண்மையே சொல்ல முடியாது. உண்மை சொல்வதற்குச் சுதந்திரம் கிடையாது."

"உன் விஷயத்தைப் பற்றிச் சொல்லு."

“அந்த நான்கு நாட்கள் எனக்குப் பிடித்தமான ஓரிடத்தில் ஒத்தாசை புரிந்தேன். என் மனத்திற்குப் பிடித்த என் மனதிற்குகந்த சூழ்நிலையில் ஒத்தாசை புரிந்தேன். அவர்கள் அன்பளிப்புத் தந்தார்கள். நான் லீவு எடுத்தது, அன்பளிப்புப் பெற்றது—இரண்டு காரணங்களையும் சுட்டிக் காட்டி என்னைத் தற்காலிகமாக வேலையை விட்டு நிறுத்திவிட்டார்கள்.”

“விவகாரம் முடிந்துவிட்டதா?”

“இல்லை. ஆனால், அது எப்படிப் போகும் என்று எனக்குத் தெரியும். இனிமேல் எனக்கு அந்த இடத்தில் நம்பிக்கை இல்லை.”

“எந்த இடம்?”

ரகுநாதன் தான் வேலை பார்க்கும் நிறுவனத்தின் பெயரைச் சொன்னான்.

“பார்த்தசாரதி நாயுடுதானே உங்க எம்.டி? எனக்கு அவரைத் தெரியும்.”

ரகுநாதன் பதில் சொல்லாமல் உட்கார்ந்திருந்தான்.

ராஜப்பா கேட்டார். “அவரிடம் நான் பேசட்டுமா?”

ரகுநாதன் ஒரு கணம் தயங்கினான். பிறகு, “பேசுங்க, ஆனா ஒரு தடவை பிளவு விழுந்துடுத்து. இனிமே எனக்கு அங்கே போறதுக்கோ அவுங்களுக்கு என்னைத் திரும்ப வேலை வாங்கிக்கறதுக்கோ சங்கடம் இருக்கலாம்—”

“சொல்லு.”

“அதோட நீங்களே சொன்னீங்க, பிற்கால வாழ்க்கையிலே சீராகவும் படிப்படியாகவும் உயருவதற்கு வழியை இப்பவே அமைச்சுக்கணும்னு.”

“சொல்லு.”

“நீங்க சொல்லுங்க. உங்க சொந்த அபிப்பிராயத்தில் நான் அந்த நிறுவனத்திலேயே திரும்ப வேலைக்குப் போறது என் பிற்காலத்துக்கு, என் எதிர் காலத்திற்குப் பயனுடையதுதானா?”

13

ரகுநாதனுக்கு ஒரு சிறு ஏமாற்றம். ராஜப்பாவின் பங்களா முன்னால் நின்ற கார்களில் பெரியதில் சவாரி செய்ய வேண்டுமென்று அவனுக்கோர் ஆசை இருந்தது. ஆனால், அவரோ சின்னக் காரில்தான் அவனை வீட்டில் கொண்டுபோய் விடச் சொல்லியிருந்தார். அந்த வண்டி அடையாரை அடைந்து கிண்டி ரோடில் திரும்பிற்று.

ரகுநாதன் இரு பக்கங்களையும் பார்த்துச் சென்றான். வண்டி அதிக வேகத்தில் செல்லாவிட்டாலும் எதையும் குறிப்பாகப் பார்த்தறியும் அளவுக்கு மெதுவாகச் செல்லவில்லை. பல கடைகளின் பெயர்களின் முதல் பாதியைத்தான் படிக்க முடிந்தது. கடைகளில் நின்றவர்களை இன்னொரு முறை திரும்பிப் பார்க்க முடியாது. கடைகளில் தொங்கும் பொருள்களை மறுபடியும் பார்க்க முடியாது. கவனத்தை எதிலும் செலுத்த வேண்டாம் என்றாலும் அப்படியும் இருந்துவிட முடியாது. ஒன்று சொல்ல வேண்டும். சென்னை நகரம் நாளுக்கு நாள் மாற்றம் அடைந்துகொண்டு வருகிறது. மிகப் பழக்கமான இடங்கள் சிறிதே நாள் இடைவெளியில் அடையாளம் கண்டுகொள்ள முடியாதபடி மாறிவிடுகின்றன. பழக்கமில்லாத இடங்கள் அவை புதிதாக மாற்றம் பெற்றதைப் பகட்டாகக் காண்பித்துக்கொண்டு நிற்கின்றன. இங்கு காணப்படும் கடை பெயர்ப்பலகைகளில்

பல ஒரு பெரிய மழையைக் கண்டிருக்க முடியாது. அவை மாட்டப்பட்டபோது தீட்டிய சந்தனம் குங்குமம் இன்னும்கூட மறையாமல் இருக்கிறது.

கார் இன்னும் சிறிது தூரம் சென்றது. இடதுபுறம் கஸ்தூரிபாய் நகர். வலதுபுறம் காந்தி நகர். காந்தி நகருக்குப் பின்னால் அடையார் ஆறு. கஸ்தூரிபாய் நகருக்குப் பின்னால் பக்தவத்சலம் நகர். அதற்குப் பின்னால் சதுப்பு நிலம். ஈராஸ் சினிமா கொட்டகை, இதோ கால்வாய் வந்துவிட்டது. இந்தப் பாலம்தான் எவ்வளவு குறுகியதாக இருக்கிறது? ஒரு நாளைக்கு எத்தனை ஆயிரக்கணக்கான வண்டிகள், பஸ்கள், லாரிகள் செல்கின்றன. இதை இன்னும் விரிவுபடுத்தவில்லை. சிம்சன் பாலத்தை விரிவுபடுத்திக் கொண்டிருக்கிறார்கள். எழும்பூர் செல்லும் வழியில் சேத்துப்பட்டுப் பாலம் ஒரு நாள் திடீரென்று பிளவு கண்டுவிட்டது. அப்பிளவைச் சரி செய்யும்போது பாலத்தையே விரிவுபடுத்திவிடலாம் என்று தீர்மானித்தார்கள். இப்போது அந்த வேலை நடந்து கொண்டிருக்கிறது. அடையாறு ஆறுக்குக் குறுக்கே தியஸாபிகல் சொஸைட்டி அருகேயுள்ள பாலம் பல நாட்களாகப் பழுது பார்க்கப்பட்டு வருகிறது. அதையும் விரிவுபடுத்தி விடுவார்கள். சைதாப்பேட்டைப் பாலத்தைத்தான் ஏற்கெனவே விரிவுபடுத்திவிட்டார்கள். ஆனால், இதோ இந்தக் கால்வாய்ப் பாலம் அப்படியே இருக்கிறது. இந்தக் கால்வாயின் ஓரமாகத்தான் சென்னையின் புகழ்பெற்ற புற்றுநோய் மருத்துவ நிலையம் இருக்கிறது. இங்கேதான் அண்ணாதுரைக்கு இறுதிச் சிகிச்சை செய்யப்பட்டது. அந்த நேரத்தில் இந்த ஊர் எப்படியெல்லாம் கொந்தளித்துவிட்டது! ஒரு பெரிய தலைவர் இறந்தது கடைசியில் ஒரு திருவிழா மாதிரித் தோற்றம் கொண்டுவிட்டது. துக்கம் அந்தரங்கமானது, துன்பமானது. ஆனால், பெருங்கூட்டம் கூடிவிடும்போது தனி மனிதர் துக்கம்கூட உருமாறிவிடுகிறது. ஏராளமானவர் பார்வையில் இருக்கிறோம் என்கிற உணர்வே அந்த மனிதரின் உண்மையான உணர்ச்சிகளைத் திசை திருப்பிவிடுகிறது. எல்லாரும் நடிகர்களாகிவிடுகிறார்கள். இந்த உண்மையற்ற தன்மையைக் காணும் பொதுமக்களும் வேறு விதத்தில் பாதிக்கப்படுகிறார்கள். அவர்களுக்கும் ஓர் உண்மையற்ற பாவனை வந்துவிடுகிறது. ஓர் அசாதாரண கேளிக்கையுணர்வு வந்துவிடுகிறது. சோகம் புனிதத் தன்மை இழந்துவிடுகிறது. சோகம் சோகத்தை இழந்துவிடுகிறது. ஒருவேளை வேண்டுமென்று தான் இப்படி நடக்க விடுகிறார்களோ? உலகமே ஒரு அநித்யமானது. நிலை இல்லாதது; அதில் துக்கம் மட்டும் ஏன் தனியாகக் கொண்டாடப் படவேண்டும்? அதுவும் அநித்யமாக இருந்துவிட்டுப் போகட்டும்.

ரகுநாதனுக்கு வண்டி சுத்தானந்த பாரதியாரின் யோக சமாஜத்தைத் தாண்டி இந்தியன் இன்ஸ்டிடியூட் ஆஃப் டெக்னாலஜி அருகே போய்க் கொண்டிருந்தபோது ராஜப்பா கூறிய ஒரு சொல் பளிச்சென்று மனதின்மேல் தளத்தில் பொங்கிவந்தது. ஆகாயத் தாமரை!

ஆகாயத் தாமரை என்று அவனொரு பாசி வகையைப் பற்றிக் கேள்விப்பட்டிருக்கிறான்.

கொட்டைப் பாசி என்றுகூடச் சிலர் அழைப்பார்கள். ஆனால், அதற்கு ஆகாயத் தாமரை என்கிற சொல்லிற்கு ராஜப்பா முற்றிலும் வேறுபட்ட பரிமாணத்தில் பொருள் தந்தார். ஆகாயத்தில் தாமரை என்பதுபோல் இல்லாத பொருள்! இந்த மொழிகளின் ஆதிக்கத்தைத்தான் எப்படிச் சொல்வது? இல்லாதது ஒன்றைக்கூட இல்லாதபொருள் என்று கூற வேண்டியிருக்கிறது.

வண்டி காந்தி மண்டபத்தைக் கடந்து சென்றது. காந்தி மண்டபம் பக்கத்தில் ராஜாஜிக்காக ஒரு நினைவாலயம் எழுப்பிக் கொண்டிருந்தார்கள். ராஜாஜி இறந்தபோதும் பெரும் கூட்டம் – கொந்தளிப்பு.

எம் ஜி ஆரைப் பார்ப்பதற்கும் ஈவெரா பெரியாரைப் பார்ப்பதற்கும் கூட்டம் நெருக்கித் தள்ளியது. ராஜாஜி மறைந்தது இவர்களுக்குப் பெருத்த துக்கத்தை விளைவித்திருக்கலாம். ஆனால், இவர்கள் பகிரங்கமாகத் துக்கம் பாராட்டும்போது விளைவுகள் வேறு மாதிரியாகிவிடுகின்றன. ஒரு தலைவர் இறந்துபோய் அவருக்கு இறுதி ஊர்வலம் நடத்தினால் எங்காவது போலீஸ் தடியடியும் இருக்கும் என்றாகிவிடுகிறது. இந்த 1973ஆம் ஆண்டாவது பெரிய தலைவர்களைப் பறித்துச் செல்லாமல் நல்லபடியாக முடியவேண்டும். இந்த ஆண்டாவது ஒழுங்காக மழை பெய்யவேண்டும்.

கார் கவர்னர் ராஜ்பவன் அருகே வந்ததும் வலது பக்கம் திரும்பியது. ராஜ்பவனிலிருந்து சைதாப்பேட்டை பாலம்வரை நூலிழுத்துக் கட்டியது போன்ற நேர்கோடு சாலை. அந்தச் சாலைக்கு மட்டும் விசேஷ அமைப்பு. அகலச் சாலை. கரை கட்டியதுபோல் அந்த முழு நீளத்திற்கும் இரு பக்கங்களிலும் புல் வளர்க்கப்பட்ட மேடை. மேடைக்குப் பக்கத்தில் மீண்டும் குறுகலாக இடைவெளி, சைக்கிளில் செல்வோருக்கு மட்டும் என்று சைக்கிள் பாதையையொட்டி நடைபாதை. இந்த நடைபாதைக்குச் சிவப்பு நிறக் கற்களால் தரையிடப் பட்டிருக் கிறது. எல்லாமாக இந்தச் சாலையை உயரத்திலிருந்து குனிந்து பார்த்தால் இருபுறமும் கரையிடப்பட்ட அழகிய சேலை

மாதிரி இருக்கும். இன்று மாலதி என்ன சேலை உடுத்திக் கொண்டிருந்தாள்? இவ்வளவு நேரம் அவளுடனே இருந்துவிட்டு அவளுடைய புடவையைக்கூடக் கவனிக்கவில்லை. அவள் தன்னுடன் கோபம்கொண்டு செல்வதற்கு அநேக காரணங்கள் இருக்கின்றன.

வண்டி இப்போது சைதாப்பேட்டை பாலத்தின் மீது சென்றது. விளக்கேற்றிவிட்டார்கள். அப்படியிருந்தும் கீழே ஆற்றில் இன்னும் பலர் துணி தோய்த்துக் கொண்டிருந்தார்கள். அவனுக்கு யாரோ சொல்லியிருக்கிறார்கள். துணி வெளுப்பவர்கள் இரவு வேளைகளில்தான் ஆற்றங்கரைக்குப் போவார்கள் என்று. ஆனால், அவன் பகலிலேயே சைதாப்பேட்டை சலவைக் கரையில் நூற்றுக்கணக்கானவர்கள் துணி தோய்த்துக் கொண்டிருப்பதைக் கவனித்திருக்கிறான். இப்போது அவனுடைய பாண்ட் ஷர்ட்கூட அங்கு தோய்க்கப்பட்டுக் கொண்டிருக்கும். ஐயா, தயவுசெய்து ஓங்கி அறைந்து தோய்க்காதீர்கள். ஒவ்வொரு முறையும் என் ஷர்ட் பாண்ட் முதலியவற்றை வெளுக்கப்போட்டால் அவை பொத்தானில்லாமல்தான் திரும்புகின்றன. கொஞ்சம் கருணை காட்டுங்கள்.

கார் அண்ணாசாலையில் தொடர்ந்து சென்றுகொண்டிருக்க ரகுநாதன் டிரைவரிடம் 'அடுத்த கட்டிங்கிலே இடது பக்கம் திரும்புங்க' என்றான்.

டிரைவர் அதைச் சரியாகக் காதில் வாங்கிக்கொள்ளவில்லை என்று பட்டது. அவன் தொடர்ந்து நேரே வண்டியைச் செலுத்திக் கொண்டிருந்தான். ரகுநாதன் உரக்க, 'அடுத்த கட்டிங்கிலே லெஃப்ட்' என்று கத்தினான். அடுத்த நாற் சந்தியில் கார் இடது புறம் திரும்பியது. சற்றுப்போன பிறகு மீண்டும் ரகுநாதன் 'இடது புறம்' என்றான். வண்டி மீண்டும் இடது புறம் திரும்பியது. இப்போது டிரைவர் பேசினான்: 'இங்கே போறதுக்கு முன்னாலியே திரும்பியிருக்கலாமே?'

"நான் முன்னாலியேதான் லெஃப்ட் லெஃப்ட்டுனு சொன்னேன். நீதான் காதிலே வாங்கிக்கலே..." என்றான்.

டிரைவர் முணுமுணுக்கத் தொடங்கியவன் சட்டென்று தன்னைக் கட்டுப்படுத்திக் கொண்டான். ரகுநாதன் அவனுக்குத் தொல்லை விளைவிக்கக்கூடும் என்று பயம் தோன்றியிருக்கலாம்.

அவனுடைய வீட்டுத் தெருவில் கார் திரும்பிச் செல்வதெல் லாம் மிகவும் கடினமாக இருந்தாலும் ரகுநாதன் வீட்டு வாசல்வரை காரை ஓட்டிவரச் செய்தான். அதன் பிறகே இறங்கி

அசோகமித்திரன்

வீட்டினுள் சென்றான். அவன் காரில் வந்து இறங்குவதைப் பாலகிருஷ்ணன் கவனித்ததைத் திருப்தியோடு உணர்ந்து கொண்டான். கால் பூட்சைக் கழற்றி எறிந்துவிட்டு 'அம்மா, அம்மா' என்று கூப்பிட்டான்.

ஆனால், அவனுடைய ஆர்வத்திற்குப் பதில் குரல் கொடுக்க அவனுடைய அம்மா வீட்டில் இல்லை. வீட்டுக் கதவைக்கூடத் திறந்து போட்டுவிட்டு வேறெங்கோ சென்று விட்டாள். எங்கு போயிருப்பாள்? பக்கத்து வீட்டுக்கு, எதிர் வீட்டுக்கு, அல்லது தெருமுனைக் காய்கறிக் கடைக்கு.

ரகுநாதன் தன் கோட்டையெல்லாம் பத்திரமாக அழகாக மடித்துப் பெட்டியில் அடுக்கி வைத்தான். பூட்சை ஒருமுறை இப்போதே துடைத்தான். கைகால் கழுவிக்கொண்டான்.

கடவுள் படங்கள் வைத்திருந்த பிறைக்குச் சென்று அங்கிருந்த விபூதி எடுத்து நெற்றியில் பூசிக்கொண்டான். அப்புறம் அவனுக்கே ஒரு சந்தேகம் வந்து அப்பிய விபூதியைச் சிறிது அழித்துக்கொண்டான். அவனுடைய கண்ணில் இரு துகள்கள் விழுந்துவிட்டன. நெற்றியில் பூசிக்கொண்ட திருநீறை அழித்துக் கொண்டதற்குத் தண்டனை என்று நினைத்துக் கொண்டான். அம்மா ஒரு சிறு எண்ணெய் விளக்குதான் ஏற்றி வைத்திருந்தாள். ரகுநாதன் முன் அறை மின் விளக்கு சுவிட்சைப் போட்டான். அவனுடைய பள்ளிக்கூட–கல்லூரி நற்சாட்சிப் பத்திரங்கள் முதலியவற்றை எடுத்து வைத்துக் கொண்டான். அவற்றை முறையாக அடுக்கி, ஒரு மடக்கு அட்டை ஃபைலில் வைத்தான். சுவரில் மாட்டியிருந்த காலண்டர் முன் நின்று ஏதோ சிறிது கணக்குப் போட்டுப் பார்த்தான். மீண்டும் உள்ளே போய் அன்று தபாலில் ஏதாவது கடிதம் வந்திருக்கிறதா என்று அலமாரிகளிலெல்லாம் தேடிப்பார்த்தான். ஒரு டம்ளர் தண்ணீர் எடுத்துக் குடித்தான். தண்ணீர் குடித்ததும் வயிறு பசி எடுப்பது தெரிந்தது. ராஜப்பா வீட்டில் வெறும் டீதான் குடித்திருந்தான்.

மாலதியுடன் ஐஸ்கிரீம் சாப்பிட்டு வெகுநேரம் ஆகியிருந்தது. ஆதலால் அவசியம் சீக்கிரம் ஏதாவது உணவு அருந்தியே ஆக வேண்டும். அம்மா வந்துவிட்டால் தேவலை. ஆனால், அம்மா எங்கோ வெளியே போயிருக்கிறாள். அதோ அம்மா வந்துவிட்டாள்.

ரகுநாதன் ஓடிச்சென்று கதவைத் திறந்தான். அங்கு அம்மா இல்லை. பாலகிருஷ்ணன்தான் நின்றுகொண்டிருந்தார்.

"என்ன விஷயம்?" என்று ரகுநாதன் கேட்டான்.

"அம்மா இல்லையா?" என்று பாலகிருஷ்ணன் பதிலுக்குக் கேட்டார்.

"என்ன விஷயம்?"

"அம்மா இல்லையா?"

ரகுநாதன் அப்படியே கதவைப் படாரென்று அவர் முகத்தில் சாத்திவிட இருந்தான். ஆனால், கீழே வாயிற்படியில் அவனுடைய காலே இருந்தது. நன்றாக அடியும் பட்டுவிட்டது. அதை வெளிக்குக் காட்டிக் கொள்ளாமல் "ஓய், மரியாதையா இனிமே உம்ம வேலையைப் பாத்துண்டிடும். இப்படி அடிக்கடி இங்கே வந்து தொந்தரவு பண்ணினீனா விளைவு எப்படியிருக்கும்ணும் நான் சொல்ல முடியாது!"

"என்ன நீ பெரிசாப் பயமுறுத்தறே! நேத்துப்பய நீ! என்ன, மறுபடியும் உள்ளே போட்டுட்டு வந்துட்டயா?"

"உள்ளே போடலே. இதோ வெளியிலேதான் போடப் போறேன்."

ரகுநாதன் அவனுடைய கையை ஓங்கி விட்டான். 'ஐயோ' என்று பாலகிருஷ்ணன் பின்வாங்கினார். "பாவிப் பயலே!" என்றார்.

ரகுநாதன் நூதனமாகப் பேசினான். "இதோ பாருங்க, எனக்கும் உங்களுக்கும் என்னவோ சுத்தமா பிடிக்காமப் போயிடுத்து. நீங்க ரொம்ப நல்லவராகவே இருக்கலாம். எங்க வீட்டுக்கு ரொம்ப ஒத்தாசையெல்லாம் செய்பவராகவே இருக்கலாம். ஆனால், தயவு செய்து இனிமே நான் வீட்டிலே இருக்கிறப்போ வேணும்னா என் வாயைக் கிளறுறதுக்கு இங்கே வராதீங்க. உங்களுக்கும் நல்லது, எனக்கும் நல்லது!"

"சரிதான்... ஒரு தலைமுறை குடிப்பழக்கமே இல்லாத இடத்திலே குடியைக் கொண்டு வந்து இப்போ சின்னச் சின்னப் பையங்கள்ளாம் குடிக்கக் கத்துண்டாங்க."

"மிஸ்டர் பாலகிருஷ்ணன், மறுபடியும், சொல்லறேன். உங்க விஷமப் புத்தியை விட்டுடுங்க. எனக்கு என்னைவிட வயசானவர் ஒருத்தரை உதைக்கணும் அடிக்கணும்னு ஆசை கிடையாது. ஆனா அதுக்கு வழி பண்ணிடாதீங்க!"

பாலகிருஷ்ணன் சென்ற பிறகு ரகுநாதன் அவனுடைய கால் விரலைத் தேய்த்துக் கொண்டான். நன்றாக நகக் கண்ணில் அடிபட்டிருந்தது... சிறிது டிங்க்சர் அயோடின் தடவிக்

கொண்டான். பெரிதாக எரிச்சல் ஏற்பட்டது. ஒரு நிமிடத்திற்குப் பிறகு அடங்கிவிட்டது.

"ஐயோ, நாளைக்கு பூட்ஸ் போட்டுக்க முடியாதபடி அடிபட்டுடுத்தே!' என்று ரகுநாதன் கவலைப்பட்டுக் கொண்டான். 'ஒரு வேளை பொழுது விடிவதற்குள் ஆறிப்போனாலும் போகலாம்' என்று ஆறுதலும் கூறிக்கொண்டான்.

வாசல் கதவு தட்டும் சப்தம் கேட்டது.

ரகுநாதன் கதவைத் திறந்தான். அம்மா திரும்பிவிட்டாள்.

ரகுநாதன் அம்மாவிடம், "அம்மா, எனக்கு வேலை கிடைச்சுடும்" என்றான். அவள் புரியாதவளாக, "என்ன?" என்றாள்.

ரகுநாதன் இப்போது நாக்கைக் கடித்துக் கொண்டான். "ஒண்ணுமில்லே பசிக்கிறது, சாதம் போடு" என்றான்.

"சாதம் போடறேன். வேலை அப்படீன்னு ஏதோ சொன்னியே, என்னது?"

"ஒண்ணுமில்லை, வேலை கடுமையாக இருந்ததுன்னு சொன்னேன்."

அவர் சந்தேகத்துடன் தான் வாங்கிவந்திருந்த காய்கறிகளை எடுத்து வைத்தாள். அவனுடைய சாப்பாட்டுத் தட்டை எடுத்து அலம்பினாள். சமையலறையில் அவனுக்கு வழக்கமான இடத்தில் அதை வைத்தாள். அவன் தட்டின் முன் உட்கார்ந்தான். அவனுக்கு இப்போதுதான் அவன் வீடு திரும்பியபோது அம்மா வீட்டிலில்லாமல் இருந்தது அவனுக்கு அனுகூலமே என்று தோன்றிற்று. ஆனால், அந்த அனுகூலத்தை அவன் பாழடித்துக்கொண்டுவிட்டான். அவன் பயந்தது நடந்துவிட்டது. சாதம் பரிமாறிய அம்மா கேட்டாள்.

"எங்கிட்டே ஒளிக்காம மறைக்காம சொல்லு," என்றாள்.

"அம்மா! நான் சாப்பிட்டுடறேனே," என்று ரகுநாதன் சொன்னான்.

அம்மா அவன் சாப்பிடும் வரை மீண்டும் வாயைத் திறக்கவில்லை. அவனும் அன்று நன்றாக ஆற அமரச் சாப்பிட்டான். அவன் அப்படி உணவை வீட்டில் ருசித்துச் சாப்பிட்டுப் பல நாட்கள் ஆகியிருந்தன.

அவன் சாப்பிட்டுவிட்டுக் கையை அலம்பப் போனான். கழுவிய கையுடன் திரும்பி வரும்போதே போருக்குத் தயார் செய்து கொள்பவன் போல மனதுள் அமைதி, அமைதி என்று

சொல்லிக் கொண்டான். ஆனால், அவனுடைய அம்மா வாயைத் திறக்கவில்லை. அவள் பாட்டுக்கு அவனுடைய எச்சில் தட்டை எடுத்துக் கழுவி அவன் உணவு உண்ட இடத்தைச் சுத்திகரித்தாள். அதன்பின் அவள் சாப்பிட உட்கார்ந்தாள். அவள் மிக நிதானமாகச் சாப்பிடத் தொடங்கினாள்.

ரகுநாதனுக்குப் பொறுக்கவில்லை. அவன் அம்மா பக்கத்தில் போய் உட்கார்ந்து கொண்டான். "அம்மா, நான் உங்கிட்டே ஒண்ணு சொல்லணும்" என்றான்.

"உனக்கு வேலை போயிடுத்து. அதானே?" என்றாள் அவள்.

14

“உனக்கு யார் சொன்னா?” என்று ரகுநாதன் கேட்டான்.

“யாரோ சொன்னா. எனக்கே தெரியாதா உன்னைப் பத்தி.”

“இன்னும் என்ன சொன்னா?”

“யாரு?”

“எனக்கு வேலை போயிடுத்துன்னு உங்கிட்டே சொன்னவா?”

“யார் யாரோ சொல்லறதெல்லாம் நான் காதிலே போட்டுக்கணுமா? எனக்கு உன்னைத் தெரியாதா?”

“எனக்கு உன்னைத் தெரியலையேம்மா!”

“அழாதேடா அசடே, உன் கஷ்டம் என் கஷ்டமில்லையா?” என்றாள் அம்மா.

ஆனால், ரகுநாதனால் அதற்கு மேல் தாங்க முடியவில்லை. அப்படியே அம்மாவைக் கட்டிக் கொண்டு விம்மி விம்மி அழ ஆரம்பித்தான்.

“உன்கிட்டே அப்பவே சொல்லியிருக்கணும். உன்கிட்டேதான் முதல்லே சொல்லியிருக்கணும். ஆனா நீ என்ன சொல்லுவியோ, எப்படி நினைப்பியோன்னு சொல்லாமே எல்லாத்தையும்

ஒளிச்சு ஒளிச்சு வைச்சேன். இந்தப் பத்துப்பதினைஞ்சு நாளாவே எனக்கு ஒண்ணும் சரியில்லே, அம்மா எப்படீன்னு தெரியாதபடி எல்லாம் அதுவா சரியாயிடும்னு நினைச்சேன். ஆனா ஒண்ணும் அப்படி சரியாயிடலே. இன்னி வரைக்கும் ஒண்ணுமே சரியா நடக்கலே. இன்னிக்குக்கூட சாயங்காலம் அஞ்சு மணி வரைக்கும் எல்லாமே பைத்தியக்காரத்தனமா நடந்தது. சுத்தப் பைத்தியக்காரத்தனமா நடந்தது."

ரகுநாதனுடைய அம்மா இடது கையால் அவனுடைய தலையைக் கோதிவிட்டுக்கொண்டிருந்தாள். ரகுநாதன் அவளிடம் அப்படி ஒரு சிறு குழந்தையாக நடந்து கொண்டு எவ்வளவோ நாட்களாகியிருக்க வேண்டும்.

ரகுநாதன் புலம்பிக் கொண்டிருந்தான். அவனுக்கே அவனுள் இவ்வளவு துக்கம் புதைந்து கொண்டிருந்தது பற்றி ஆச்சரியமாக இருந்தது. அதற்கு அரை மணி முன்னதாகக்கூட அவன் பாலகிருஷ்ணனிடம் பேசிய போது எவ்வளவு இடக்கு, எவ்வளவு திண்ணமாகப் பேசினான்? இப்போது உருகிக் கரைகிறான், ஒருவன் அவனுடைய துக்கத்தைக் கூட உணர்ந்து கொள்ள முடியாமல் போய்விடுகிறது. அதேபோல சுகமும் அப்படித்தான் எங்கோ மறைந்து கொண்டு உறங்கும். உறங்கும் சுகம் என்ன சுகானுபவம் தரப் போகிறது? ஒன்றும் இல்லை. இன்றைக்கு அம்மாவுடன் வாய்விட்டுப் பேச முயன்றது எவ்வளவு நல்லதாகப்போயிற்று!

ரகுநாதன் அழுது தீர்த்த பின் இருவரும் சிறிது நேரம் மௌனமாக இருந்தார்கள். ஆனால், அம்மாவால் நெடுநேரம் அப்படி இருக்க முடியவில்லை. "எனக்குக் காரியம் இருக்கு" என்று எழுந்தாள்.

ரகுநாதன் அவளுடன் சமையலறையிலேயே இருந்தான். உண்மையில் அந்தச் சின்னஞ்சிறு இடத்தில் அவள் வேலை செய்து கொண்டிருக்கும் போது அவன் கூடவே நிற்பது அவளுக்கு மிகவும் இடைஞ்சலாக இருந்தது. ரகுநாதனுக்கு அது தெரியாமல் இல்லை. ஆனால், அவனுக்கு அந்த நேரத்தில் அது ஒரு பொருட்டாகத் தோன்றவில்லை.

"அப்புறம் என்ன ஆச்சுன்னு நீ கேக்கலையே? என்று கேட்டான்.

"நீயாச் சொல்வேன்னு இருக்கேன்" என்று அவள் சொன்னாள். சிறிது அரப்புப்பொடி எடுத்துக் கொண்டு சில பாத்திரங்களைத் துலக்க ஆரம்பித்தாள்.

"இன்னிக்கு ஒரு பெரிய மனுஷர் வீட்டுக்குப் போயிருந்தேன். பெரியவர்னா ரொம்பப் பெரியவர். இந்த ஊர்லே இருக்கிற ரொம்பப் பணக்காரங்கள்ளே அவரும் ஒருத்தர். அவர் இன்னிக்கு எங்கிட்டே ஏதோ ரொம்ப நாள் பழக்கம் மாதிரி அவருடைய கஷ்டத்தையெல்லாம் சொன்னார்."

"உன் கஷ்டத்தைச் சொன்னியா அவர்கிட்டே?"

"அவர் கஷ்டத்தைப் பார்த்தா என்னுது ஒண்ணுமே இல்லை போலே இருந்தது."

"அப்போ சொல்லலியா?"

"சொன்னேன். அவர் பதில் ஒண்ணும் சொல்லலை. ஆனா நிச்சயம் ஏதாவது செய்வார்னு தோனிச்சி. என்னை அவர் கார்லே வீட்டுலே கொண்டுவிடச் சொன்னார்."

"அப்ப நம்ம வீட்டுக்கு இன்னிக்கு இரண்டு கார் வந்துடுத்து."

"இரண்டு காரா? இன்னும் யார் வந்தா?"

"மாலதி வந்தா."

மாலதி என்றதும் ரகுநாதனின் உற்சாகம் மிகவும் குறைந்து போயிற்று.

"என்னவாம் திடீரென்று அவளுக்கு நம்ப பேரிலே அக்கறை?"

"ரொம்ப நாளாப் பார்க்கலயேன்னு தான் வந்திருந்தா. அவ வந்திருந்த பத்துப் பதினைஞ்சு நிமிஷம் இந்த இடமே ரொம்ப சந்தோஷமா இருந்தது."

"அவளுக்குச் சந்தோஷத்துக்கு என்ன குறைச்சல்? நாளையைப்பத்தி அவளுக்குக் கவலை ஏதாவது உண்டா?"

"அதெல்லாம் அப்படிச் சொல்லிட முடியாது. அவளுக்கும் நிறையக் கவலைகளும் பொறுப்புகளும் இருக்கு. ஆனா அவ அதையெல்லாம் சமாளிச்சாகணும்னு உறுதியா இருக்கா."

"உனக்கு எப்படித் தெரியும்?"

"ஒருத்தரைப் பாத்தாலே இதெல்லாம் தெரியாதா?"

ரகுநாதனுக்கு அவனுடைய அம்மாவைப் பற்றிப் பெருமையாக இருந்தது. அதே நேரத்தில் கவலையாகவும் பயமாகவும் இருந்தது. இவ்வளவு மனோதத்துவம் அறிந்தவள்

அவனைப் பற்றியும் அக்கு வேறு ஆணி வேறாக அறிந்திருப்பாள் இல்லையா? அவனைப் பற்றி என்ன நினைத்திருக்கிறாள்? என்ன எதிர்பார்க்கிறாள்? அவளுக்கு அவனுடைய அந்தரங்கங்கள் எல்லாம் நன்றாகத் தெரியுமோ? அவனுக்கே தெரியவில்லை. அவனுடைய அந்தரங்கங்கள் பற்றி அவளுக்குத் தெரிந்திருக்கக் கூடுமா? எப்படி இந்த நான்கு சுவர்கள் மத்தியிலேயே தன் வாழ்நாளெல்லாம் கழிப்பவளுக்கு புத்தி இவ்வளவு கூர்மை அடைந்திருக்கிறது? ஒருவேளை அதுதான் காரணமோ? அவனைப் போல் எல்லா நேரங்களிலும் பல்வேறு விதமான பாதிப்புகளுக்கு உள்ளாகி எதையும் மனதாழத்தில் உணர வகையில்லாமல் அவளுக்கு எதையும் தீர்க்கமாகச் சிந்திக்க முடிகிறது, உணர முடிகிறது, முடிவுகள் எடுக்க முடிகிறது, எதிர்பாராத விபத்துக்கள் நேர்ந்தால் அதைத் தாங்கிக் கொள்ள முடிகிறது. இவ்வளவு பக்குவம் பெற்றவள் எப்படிப் பாலகிருஷ்ணன் போன்ற அக்கப்போர் அம்மாஞ்சியை நம்புகிறாள்? அவனை வீட்டில் அண்ட விடுகிறாள்? ரகுநாதன் தன் அம்மாவை ஓரக் கண்ணால் பார்த்தான்.

“என்ன, ஏதோ மாதிரிப்பாக்கறே? கண்ணிலே தூசு ஏதாவது விழுந்திட்டதா?”

“இல்லேம்மா, நான் உன்னை ஒண்ணு கேக்கறேன். நீ எனக்குச் சரியாப் பதில் சொல்லணும்.”

“என்னது? பாலகிருஷ்ணனைப் பற்றித்தானே?”

“உனக்கெப்படித் தெரியும்?”

“உனக்கு ஒண்ணையுமே ஒளிச்சி மறைச்சு வைச்சுக்கத் தெரியாதே, உன் மூஞ்சியைப் பார்த்தாலே உன்னை எது எதெல்லாம் குழப்பறதுன்னு தெரிஞ்சு போயிடறது.”

நீ இவ்வளவு தெரிஞ்சவளா இருக்கியே, எப்படி இந்தப் பாலகிருஷ்ணன் மாதிரி விஷமக்காரங்களை வீட்டு உள்ளே விடறே?”

“பாலகிருஷ்ணனா விஷமக்காரன். அவனுக்குத் தன்னைத் தானே பாத்துக்க முடியாத அப்பாவி!”

“அவனுக்குத் தன்னைத்தானே பாத்துக்க முடியாமல் இருக்கலாம். ஆனால், அண்டை அயலார் பற்றி எப்படி எல்லாம் கோள் மூட்டிவிடறான்? எப்படித் துருவித் துருவி அவனுக்குச் சம்பந்தமில்லாத விஷயத்திலெல்லாம் புகுந்து பாடுபடுத்துறான்?”

“நீ சொல்லறபடியெல்லாம் ஒண்ணும் அவனில்லை.”

"எப்படியம்மா அவன் விஷயத்துலே உன் கண்ணை மறைச்சுடறது?"

"ரகு, உனக்குத்தான் மறைக்கறது. அவன் உங்க மாதிரி ஆம்பிளைப் பையனானாலும் உங்க மாதிரிச் சமூகத்திலே போய்ப் பேச, வேலை பண்ண எதுக்கும் முடியாதவன். ஆனால், அவனாலே எவ்வளவோ பேருக்கு எவ்வளவோ பேருக்கு எவ்வளவோ விஷயங்களுக்கு ஒத்தாசையா இருக்க முடியும். இந்த வீட்டிலேயே அவன் இல்லேன்னா ஒவ்வொரு மாசம் முதல் தேதியும் நானோ நீயோ திண்டாட வேண்டியிருக்கும். அவன்தான் ரேஷன் கடையிலே கியூவிலே நின்று இந்த மூணு கிலோ சர்க்கரையும் ரவாவும் மைதாவும் வாங்கிண்டு வரான். மண்ணெண்ணெய் கிடைக்காத நாள்லே எல்லாம் நம்ப எண்ணெய் டின்னைத் தூக்கிண்டு தெருத் தெருவாகத் தேடிப்போய் ஒரு லிட்டரும், இரண்டு லிட்டரும் வாங்கிண்டு வந்திருக்கான். பாக்கப்போனா இதெல்லாம் அற்ப வேலை. அதாவது இதெல்லாம் நமக்காகவே செஞ்சுக்கலாம். ஆனா பிறத்தியாருக்குச் செய்றதுக்கு இந்த மாதிரி வேலையெல்லாம் ரொம்ப அவமானமானது. ஆனா அவன் நம்ப வீட்டு மனுஷாள் மாதிரி அவ்வளவு அக்கறையா இந்த வேலையைச் செஞ்சிண்டு வரான். இன்னும் அவன் வீட்டிலே இவன் இப்படி எல்லாம் நம்பளுக்கு உழைக்கிறதைப்பத்தி இதுவரைக்கும் ஒன்னும் சொல்லவில்லை. அப்படி ஏதாவது சொல்லி அவனும் இங்கே வர்ரது நின்னுடுத்துன்னா நம்ப ரொம்ப காரியங்களை மாத்திப் போட்டுக்கணும்!"

"ஒருத்தன் ஒத்தாசையா இருக்கானே என்பதற்காக அவனுடைய மத்த மோசமான குணங்களை எல்லாம் மறந்துடறதா?"

"யாருக்கு மோசமான குணங்கள் இல்லே? உனக்கு இல்லையா, எனக்கு இல்லையா? ஏன், மாலதிக்கே இல்லையா?"

ரகுநாதனுக்குத் திடுக்கிட்டது. இதெப்படி அம்மா எல்லாரையும் தூக்கி எறிந்து பேசுகிறாள்? ரேஷன் கடையிலே சாமான் வாங்கிக்கொண்டு வந்தால் இவ்வளவு மவுசு வந்துவிடுமா என்ன? இந்த ஊரில் இப்போது ரேஷன் பொருட்கள் வாங்குறது அவ்வளவு கடினமாகவா போய்விட்டது?

இந்த வீட்டிற்குக் குடிவருவதற்கு முன் அவனே பல மணி நேரம் அரிசிக்காக கியூவில் நின்றிருக்கிறான். திடீரென்று அரிசி எங்குமே கிடைக்காமல் சட்டப்பூர்வமான ரேஷன் என்றும் இல்லாமல் சென்னை மக்கள் அரிசிக்காக அலைந்து திரிந்தனர். அப்போதெல்லாம் அரிசியை அளந்துதான் விற்றார்கள். இரண்டு

லிட்டர் அரிசிக்காக ஒரு பையைத் தூக்கிக்கொண்டு விடியற்காலை நான்கு மணிக்கு டியுசிஎஸ் கடைக்குப் போவான். அங்கு ஏற்கனவே பதினைந்து பேர் நின்றுகொண்டிருப்பார்கள். இன்னும் பதினைந்து பேர் கியூவில் சேர்த்தி என்பதற்குச் சாட்சியமாகச் செங்கற்களும் பைகளும் கூட கியூவில் வைக்கப்பட்டிருக்கும். அன்று விநியோகம் செய்யப்போவது நூறு பேருக்குத்தான். ஐம்பது ஆண்கள், ஐம்பது பெண்கள். ரகுநாதன் தன் எண் நல்ல வேளையாக முப்பதுக்குள் இருக்கிறது என்ற ஆறுதலுடன் அந்த இருட்டில் கண்ணுக்குத் தெரியாத அழுக்கிலும் அவலத்திலும் நின்றும் உட்கார்ந்தும் தூங்கியும் இருக்கிறான். எவ்வளவு நாட்களுக்கு அரிசி கொடுக்கத் தொடங்கியபின் அவனுடைய எண்ணிக்கை அறுபதாகவும் எண்பதாகவும் மாறியிருக்கிறது.

"இன்னிக்கும் அரிசி கிடைக்கலையாடா?" என்று அம்மா அங்கலாய்ப்போடு கேட்டிருக்கிறாள். அப்புறம் அடுத்த நாள் அவளே போய் கியூவில் நின்றிருக்கிறாள். நான்கு மணி நேரம், ஐந்து மணி நேரம் கூட்டத்தில் இடி தள்ளு நசுக்கல் அனுபவித்துவிட்டுத் துணிப்பையடியில் சிறிது அரிசி பெற்றுவந்து உடனே குளித்து அவனுக்குச் சோறாக்கிப் போட்டிருக்கிறாள். அதை நினைத்தாலே ஏதோ கெட்ட சொப்பனம் போல இருந்தது. ஆனால், அப்புறம் நிலைமை மிகவும் சீரடைந்து விட்டிருந்தது. அவனும் வேலைக்குப் போக ஆரம்பித்துவிட்டான். அவன் வேலைக்குப் போக ஆரம்பித்ததிலிருந்து அம்மா அவனைத் துளியளவுகூட வீட்டு வேலைக்குத் தொந்தரவு செய்ததில்லை. அவனுடைய கவனத்திலிருந்து அப்படி ஒரு பிரிவு இருக்கிறது என்கிற நினைவே அற்றுப்போயிருந்தது.

"அம்மா, இனிமே நான் இந்தக் காரியங்களை எல்லாம் செஞ்சுடறேன், அம்மா. நீ ஒத்தரை எதிர்பார்த்துண்டு இருக்க வேண்டியதில்லை."

அம்மா சட்டென்று பதில் சொல்லவில்லை. அவள் பாட்டுக்கு அவள் காரியங்களைப் பார்த்துக் கொண்டிருந்தாள்.

ரகுநாதன் அவனுடைய அம்மாவுக்குப் பாயையும் தலையணைக் கட்டையும் விரித்துவிட்டுத் தனக்கு ஜமக்காளம் விரித்துக் கொண்டான். அவர்களுடைய வாழ்வில் அன்றைய தினம் முடிவடைந்துவிட்டது.

இல்லை. அவனுடைய அம்மாவரை அது உண்மை. ஆனால், அவனுக்குத் தூக்கம் வரவில்லை. வெளியே ஊர் இன்னமும் விழித்துக்கொண்டு இருந்தது. தெருவில் வருவோர் போவோர்

இருந்தனர். எங்கோ ஓர் அரசியல் கூட்டத்தில் ஒருவர் ஒலிப் பெருக்கி மூலம் அவருடைய எதிரிகளை மட்டுமல்லாமல் அங்கு வாசம் செய்யும் எல்லா மக்களையும் தூள் தூள் செய்து கொண்டிருந்தார். இன்னும் எங்கோ ஓரிடத்திலிருந்து ஒரு சினிமாப்பாட்டு – யாருக்கோ கல்யாணம். கல்யாணத்தில் போய் சினிமாப் பாட்டைப் புகுத்திவிடுகிறார்களே.

எவ்வளவு பச்சையான, ஆபாசமான பாட்டு! ஏன் தமிழ் சினிமாப் பாட்டுகள் இவ்வளவு கீழ்த்தர ரசனைக்கே உரியதாக இருந்து வருகிறது? காதல் பாட்டுகளானாலும் சரி, கடமைப் பாட்டானாலும் சரி, வீரப்பாட்டானாலும் சரி, விரக்திப் பாட்டானாலும் சரி, மிக அற்பமான சிந்தனைச் சேர்க்கைகள். மிக மேலோட்டமான பார்வை. நிஜ வாழ்க்கையில் இந்தப் பைத்தியக்காரத்தனத்தில் ஆயிரத்தில் ஒரு பங்கு செயலாக்க முடியுமா? இன்று அவனும், அவனுடைய அம்மாவும் பேசிக்கொண்டதும் தமிழ் சினிமாவில் ஒரு காட்சியாக வந்திருந்தால் இதற்குள் அவன் ஒரு பாட்டுப் பாடியிருப்பான்! இன்னொரு பாட்டு அசரீரியாக ஒலித்திருக்கும். அவனுடைய அம்மா ஒரு விருத்தம் பாடியிருப்பாள். அவனுடைய கண்கள் கால் படி கண்ணீர் உகுத்திருக்கும்.

ரகுநாதன் மங்கியிருந்த வெளிச்சத்தில் தன் அம்மா பக்கம் திரும்பிப் பார்த்தான். அவள் ஆழ்ந்து தூங்கிக் கொண்டிருந்தாள். தன் மகனுக்கு வேலை போய்விட்டது என்று அறிந்தும்கூட அவள் நிம்மதியாகத் தூங்கிக் கொண்டிருந்தாள். அவளுக்கு ஏதோ ஒரு நம்பிக்கை – நிலைமை கைக்கடங்காமல் போகாது என்று. இந்த நம்பிக்கை எங்கேயிருந்து வந்தது?

ரகுநாதனுக்கு அவனுடைய அம்மா மீது கோபமும் பரிவும் ஒரே காலத்தில் எழுந்தது. அவளுக்கு எதையுமே பூடகமாகப் பேசியே வழக்கம். பாலகிருஷ்ணனைப் பாதுகாத்துப் பெரிய பிரசங்கம் ஒன்று செய்துவிட்டாள். ஆனால், மாலதி பற்றிக் கேட்டபோது பேச்சின் திசையையே மாற்றிவிட்டாள். மாலதி இங்கு வந்து என்ன சொல்லியிருப்பாள்? அவள் நிச்சயம் ராஜப்பா வீட்டிலிருந்து நேரே இங்குதான் வந்திருக்கிறாள். ராஜப்பா வீட்டில் அவளுக்குத்தான் கோபம் எப்படிப் பொங்கிக் கொண்டு வந்திருந்தது? அவர் கூப்பிடக் கூப்பிட அதை லட்சியமே செய்யாமல் காரைக் கிளப்பிக்கொண்டு போய்விட்டாள். பொதுவாக வேறு எங்காவது அது நேர்ந்திருந்தால் அவனுக்குப் பெருத்த அவமானமாக இருந்திருக்கும். இன்று கூட ஒரு கணம் அவன் மனம் மிகவும் வேதனைப்பட்டிருந்தது.

ஆனால், ராஜப்பாவின் கேலிக் கூத்து அவர் வீட்டில் நிகழ்ந்த எந்த ஒரு நிகழ்ச்சிக்கும் வழக்கப்பட்ட அர்த்தம் தருவதை அனுமதிக்கவில்லை. அங்கே ஒரு விநோத இயக்கம் நடைபெறுகிறது. மனத்தெளிவுடன் எதையும் நேரிடையாக எதிர்த்துச் செயல் புரியும் மாலதி எப்படி ராஜப்பாவின் மதிப்புக்குரியவளாக இருக்கிறாள்? அதே போல ராஜப்பாவை அவளால் எப்படி மரியாதையுடன் அணுக முடிகிறது?

ரகுநாதன் மனதில் ஒரு வருத்தம் தோன்றிற்று. இன்று மாலதி இங்கு வந்து அம்மாவிடம் என்ன சொன்னாள்? அவள்தான் அம்மாவிடம் அவனுக்கு வேலை போய்விட்டதைப் பற்றிக்கூறி இருக்கிறாளா? பதினைந்து நிமிஷம் வீடே உற்சாகமாக இருந்தது என்று அம்மா சொன்னாள். 'உங்கள் மகனுக்கு வேலை போய் விட்டது' என்று சொன்னால் அது உற்சாகமாகவா இருக்கும்? ஆதலால் நிச்சயம் மாலதி அவனைப்பற்றி அம்மாவிடம் ஒன்றும் கூறவில்லை. ஆனால், அம்மாவைப் பார்க்கவேண்டும் என்று தோன்றியதற்கே அவனை அன்று சந்தித்திருப்பதுதான் காரணம். இல்லாத போனால் மாதக்கணக்கில் கண்ணில் படாத அவள் இன்று பெரிய காரியமாக அவன் வீடு வந்து போனதற்கு என்ன காரணம்? அது எதற்காக? அம்மா ஞாபகம் வந்தது, வந்து பார்த்துவிட்டுப் போனாள் என்பது சரியல்ல. அவள் இன்று விஜயம் செய்ததற்கு வேறு ஏதோ பொருள் இருக்க வேண்டும். இப்படி இருக்கலாம். அவனை ராஜப்பா வீட்டில் உதாசீனப்படுத்தி விட்டாள். அது அவளுடைய மனதை வருத்தியிருக்க வேண்டும். ஆதலால்தான் அங்கே அவனிடம் கோபமாக நடந்து கொண்டதற்காக இப்படிப் பரிகாரம் செய்ய நினைத்திருப்பாள். அவளுக்கு நிச்சயம் தெரிந்திருக்கும் ரகுநாதன் வீடு வந்து சேருவதற்கு வெகுநேரம் ஆகுமென்று. ஆதலால்தான் அவள் ராஜப்பா வீட்டிலிருந்து நேரே இங்கு வந்திருக்கிறாள்.

ரகுநாதனுக்கு மாலதி பற்றி ஒரு தெளிவில்லாத மனப்போக்குதான் தன்னிடம் செயல்படுவதாகத் தோன்றிற்று. அவளை ஒரு பொறுப்புள்ள குடிமகளாக அவனால் கருத முடியவில்லை. அவள் இன்னும் பாவாடை மேலணி அணிந்து பள்ளிக்குச் செல்லும் சிறுமியாகத்தான் தோன்றினாள். ஆனால், ஒவ்வொரு தருணத்தில் அவள் வளர்ந்து பெரியவளாகி மற்றப் பெரியவர்கள் மத்தியில் சமத்துவம் பாராட்டும் வக்கீலாகவும் அவன் உணர முடிந்தது. இன்று அவள் அவன் சார்பில் செய்த முயற்சிகளெல்லாம் கூட அவனுக்குச் சரியாக அவற்றின் மதிப்பறிய முடியவில்லை. ராஜப்பா போன்ற ஒரு பிரமுகரை இவ்வளவு எளிதாக வீட்டில் போய்ப் பார்த்துவிட முடியுமா?

அவர் எவ்விதத் தோரணையும் மேற்கொள்ளாமல் அவருக்கு இயல்பான பயம், வருத்தம், சந்தேகம், அசட்டுத்தனம் எல்லாம் அவன் கண்டறியும்படி ஒரு சந்தர்ப்பம் கிடைக்குமா? ராஜப்பா அவன் வரையில் என்ன திட்டம் வைத்திருக்கிறார்? அவனை மீண்டும் வந்து பார் என்று அவர் சொல்லவில்லை. நான் உனக்குச் சொல்லி அனுப்புகிறேன் என்றுதான் கூறியிருக்கிறார். அவனுக்கு எம்மாதிரியான வாய்ப்புத் தருவார்? அவர் குடிகாரர். மாலை நேரம் வந்தாலே குடித்தாலும் குடிக்காது போனாலும் அவர் தடுமாற்றம் அடைந்துவிடுவார். இன்று அவனோடு பேசியதெல்லாம்கூட அந்த தடுமாற்றத்தின் சூழலில்தானோ? ரகுநாதனுக்குத் தலையைச் சுற்றியது.

15

அன்று காலை ரகுநாதன் எழுந்திருக்கும்போது பொழுதும் விடிந்து நல்ல வெயிலும் வந்திருந்தது. பொதுவாக நேரங்கழித்து எழுந்திருக்கும்போது களைப்பு உணர்ச்சிதான் மேலோங்கி இருக்கும். இன்று ஆச்சரியமாக ரகுநாதனுக்குச் சுறுசுறுப்பாகவே இருந்தது.

குளியலறையில் அம்மா குளித்துக் கொண்டிருந்தாள். அவர்கள் வீட்டின் சமையலறையின் ஒரு பகுதியே குளியலறையாக மாற்றப்பட்டிருந்தது. காலைப் பொழுதில் ரகுநாதன் அவனுடைய தாயார் இருவரும் அங்கேயே குளித்து விடுவார்கள். மற்ற நேரங்களில் பாத்திரம் கழுவும் இடமாக அது பயன்படுத்தப்படும்.

அம்மா குளித்து வந்த பிறகு ரகுநாதனும் பல் தேய்த்து அப்படியே குளித்துவிட்டும் வந்தான். சென்னை நகரத் தண்ணீர்க் குழாய்கள் அவ்வளவு நம்பிக்கையூட்டுவதாக இல்லை. ஆதலால் எல்லா நாட்களிலும் எல்லா வீடுகளிலும் அதிகப்படியாகத் தண்ணீர் சேமித்து வைத்திருந்தார்கள். சேமித்து வைத்திருந்த தண்ணீரை இன்று பயன்படுத்தி மீண்டும் புதிதாகப் பிடித்து வைப்பார்கள். இந்த முறையில் ஒரு நாளைக்காவது ரகுநாதன் புதுத் தண்ணீரில் குளித்தது கிடையாது. எப்போதுமே ஒருநாள் அல்லது இருநாள் பழைய தண்ணீர்தான்.

அடுப்பில் சாதம் கொதித்துக் கொண்டிருந்தது. அம்மா அதிலே காபி தம்ளரை ஓரிரு நிமிஷங்கள் வைத்து எடுத்தாள். தம்ளரில் சாதப் பருக்கை

இரு இடங்களில் ஒட்டிக் கொண்டிருந்தது. தம்ளர் பொறுக்க முடியாதபடி சுட்டாலும் காபி ஆறித்தான் இருந்தது.

ரகுநாதன் காபி சாப்பிட்டு முடித்த நேரம் வாயிற் கதவு வழியாக ஒரு தலை எட்டிப் பார்த்தது. பாலகிருஷ்ணன்.

ரகுநாதனைப் பார்த்துப் பாலகிருஷ்ணன் பின்வாங்க விருந்தான். ஆனால், ரகுநாதன் "வாங்க, வாங்க..." என்றான்.

பாலகிருஷ்ணனுக்குக் கொஞ்சம் சந்தேகமாகத்தான் இருந்தது. தயங்கித் தயங்கித்தான் உள்ளே வந்தார்.

அவருடைய சங்கடத்தை உணர்ந்து கொண்டு ரகுநாதன் சோர்ந்துபோய் அவனுடைய மேசை முன்னால் உட்கார்ந்து கொண்டான்.

ரகுநாதனுடைய அம்மா பாலகிருஷ்ணனைப் பார்த்து "ஏது காலங்காத்தாலேயே?" என்றாள்.

"ஹுசேன் கடையிலே நெல்லூர் அரிசி பத்து மூட்டை வந்திருக்காம். இப்பவே போனா நாம்பளும் பத்துப் பதினைந்துபடி வாங்கிண்டு வந்துடலாம்!"

"அரிசி நல்ல அரிசிதானா பார்த்தேளா? முன்னே இந்த மாதிரி ரகசியமா அரிசி வாங்கிண்டு வந்தப்போ பாதிக்கு மேலே நொய்யா இருந்தது!"

"அவன் நல்ல அரிசின்னுதான் சொல்றான். இப்பவே எல்லாரும் பிச்சுக்கோ பிடுங்கிக்கோன்னு வாங்கிண்டு போறா!"

ரகுநாதனின் அம்மா ஒரு கணம் யோசித்தாள். பிறகு சொன்னாள். "இப்போ பத்துப்படி, பதினைஞ்சு படிக்கெல்லாம் என்கிட்டே பணம் இருக்காது. பையும் பணமும் தரேன். அஞ்சுபடி வாங்கிண்டு வாங்க போறும்."

அவள் பைகள் குவியலிலிருந்து பொத்தல் இல்லாத பையாகத் தேட ஆரம்பித்தாள். பாலகிருஷ்ணன் ரகுநாதன் அருகில் வந்தார். ரகுநாதன் நட்புத் தோன்ற அவரைப் பார்த்துப் புன்னகை புரிந்தான். அவரும் புன்னகை புரிந்தார். பிறகு ஏதாவது பேசியாக வேண்டுமே என்று கேட்டார். "இன்னிக்கு ஆபீஸ் உண்டோல்லியோ?"

ரகுநாதன் ஒருகணம் மௌனமாக இருந்தான். இந்த வம்புக்கார மனிதன் வேண்டுமென்றே அவன் வாயைக் கிளறுகிறாரா?

"உம், உண்டு" என்றான்.

ஆகாயத் தாமரை

"ஜயராமனைப் பார்த்து ரொம்ப நாளாகிறது. நீ சமீபத்தில் அவனைப் பாத்தியோ?"

"இல்லை."

"ரொம்ப நல்ல பையன். கொஞ்சம் கெட்ட சகவாசத்திலே மாட்டிண்டுட்டான். ஆனா நல்ல பையன்."

ரகுநாதன் இந்தப் பேச்சை எப்படி எடுத்துக் கொள்வது என்று தெரியாமல் விழித்தான். அதோடு அவனுக்கு இன்னொரு தகவலும் வியப்பைத் தந்தது. அந்த விருந்துக்குப் பிறகு அவனும் ஜயராமனைப் பார்க்கவில்லை. அந்தக் கண்காட்சிக்கு ஜயராமன் கூப்பிடுவதற்கு முன்னால் மாதக் கணக்கில் அவனைப் பார்த்ததில்லை. அதே ரீதியாக கண்காட்சியின் இறுதி விருந்துக்குப் பிறகு இருவரும் ஒருவருக்கொருவர் கண்ணுக்கெட்டாதவர்களாகி விட்டார்கள். வாழ்க்கையின் சிறப்பே இதுதானோ? ஏதோ ஒன்று நிகழ்வதற்காகச் சிலர் தட்டுப்படுகிறார்கள். அந்நிகழ்ச்சி நடந்து முடிந்த பிறகு அவர்கள் அப்படியே காற்றோடு கலந்து மறைந்து போய்விடுகிறார்கள். தொடர்ந்த அல்லது நீடித்த உறவு என்றாலே ஒன்றும் நிகழ்வதற்கில்லை என்று அர்த்தம் போலிருக்கிறது.

இதற்குள் அம்மா ஒரு பையைப் பொறுக்கி எடுத்துவிட்டாள். அத்தோடு இருபது ரூபாய்ப் பணமும் பாலகிருஷ்ணனிடம் கொடுத்தாள். அதைப் பெற்றுக் கொண்டு பாலகிருஷ்ணன் போய்விட்டார்.

ரகுநாதன் சிந்தனையில் ஆழ்ந்தான். நேற்று ஒரு நேரத்தில் இனிமேல் பாலகிருஷ்ணனை எதற்கும் எதிர்பார்த்திருத்தல் கூடாது என்று தீர்மானித்திருந்தான். ஆனால், இப்போது நடந்ததென்ன? அவர்தான் பாவம் அவன் வீட்டில் அடுப்பு எரிய வழி செய்யப் போகிறார்.

ரகுநாதன் அம்மாவிடம் சொல்லிக் கொள்ளாமல்கூட வெளியே போனான். காலை நேரங்களில் அப்படி அவன் செய்வதுண்டு. அவன் அவ்வப்போது ஓர் இலவச வாசக சாலைக்குச் சென்று பத்திரிகை பார்ப்பான். அல்லது அம்மாவுக்குத் தெரியாமல் ஓட்டலில் சென்று இன்னொரு கப் காபி குடித்துவிட்டு வருவான். மிக அபூர்வமாகக் கோயிலுக்குக்கூடப் போய்விட்டு வருவான். மாம்பலத்தில் அவனுக்கு ஓரளவாவது ஈடுபாடுள்ள கோவில்கள் இரண்டுதான். ஒன்று பழைய மாம்பலம் கைலாயநாதர் கோவில், இரண்டாவது அகஸ்தியர் கோவில். ஒரு காலத்தில் அகஸ்தியர் கோவில்தான் உலகத்திலேயே மிகச் சிறப்பான கோவில் என்றெல்லாம் நினைத்திருந்தான்.

பொதுவாகக் கோவில்கள் எல்லாம் குப்பையும் கூளமும் எண்ணெய்ப் பிசுக்குமாக இருக்கும். இதற்கு மாறாக அகஸ்தியர் கோவில் மிகவும் துப்புரவாக இருக்கும். இதுதான் அவனுக்கு அகஸ்தியர் கோவில் அவ்வளவு சிறப்பாக விளங்கியதற்குக் காரணம். ஆனால், போகப் போக ஏனோ வெறும் சுத்தமும் துப்புரவும் அவனுக்குத் திருப்தி அளிக்கவில்லை. இப்போது அவன் அகஸ்தியர் கோவில் செல்வதே கிடையாது...

ரகுநாதன் தியாகராயநகர் பஸ் ஸ்டாண்டு அருகே வந்தான். எப்போதோ பெய்த மழையால் பஸ் ஸ்டாண்டு உள்ளேயெல்லாம் நிறையத் தண்ணீர் தேங்கிக் கிடந்தது. தமிழக அரசுப் பேருந்துகள் அந்தத் தண்ணீர்க் குட்டைகளில் உற்சாகமாகச் சீறி வந்து நின்று, சீறிக் கிளம்பிச் சென்றன. பயணிகள் தங்கள் துணிமணிமேல் சேறு விழாதிருக்கும் வண்ணம் விசேஷப் பிரயத்தனங்கள் மேற்கொள்ளவேண்டும். பஸ் ஸ்டாண்ட் அருகே போலீஸ் நிலையம். காவல் நிலையத்தில் வழக்கம் போல பல மாறுபட்ட மனிதர்கள். நல்ல உடுப்பு அணிந்தவர்கள், மேல் சட்டைகூட இல்லாத கிராமத்து மனிதன், லாக்கப்பில் வைக்கப்பட்ட கணவன் அல்லது அண்ணன் தம்பிக்கு உதவி அல்லது ஆறுதல் தருவதற்கு என்று காத்திருக்கும் பெண்மணிகள். இந்தக்கூட்டத்தில் மத்தியில் தகடு போல் இஸ்திரி போடப்பட்ட காக்கி உடை உடுத்திய ஒரு போலீஸ்காரர் துப்பாக்கி பிடித்துக் காவல் நிற்பது... ரகுநாதன் போலீஸ் நிலையத்திற்குப் பக்கத்தில் செல்லும் சிறுபாதையில் நடந்து சென்றான். அங்கேதான் காவல் துறையினர் சிலருக்கு அரசு வீடுகள் இருந்தன. அங்கேதான் திடீரென்று ஒருநாள் ஒரு பிள்ளையார் விக்கிரகம் தென்பட்டது. அது பூமியைப் பிளந்து கொண்டு வந்தது என்று சிலர் கூறினார்கள். உடனே அங்கு பெரிய கூட்டம். ஒரு சிறு கோவில் மாதிரி அந்த இடத்தைச் செய்து விட்டார்கள். நாலா புறத்திலிருந்தும் பிள்ளையாரைப் பார்க்கக் கூட்டம் வந்தது. ஒரு கெட்டிக்காரர் உண்டியல் வைத்துவிட்டார். அந்தப் பணத்தை யார் எடுத்து எதற்குப் பயன்படுத்துவது? பக்தர்களுக்கு வசதிகள் செய்யத்தான். பத்திரிகைகளில் திடீர்ப் பிள்ளையார் பற்றிச் செய்திகள், சட்ட மன்றத்தில் திடீர்ப் பிள்ளையார் பற்றிக் கேள்விகள், கலியுகத்தில் அதிசயம்! அக்கிரமம் மிகும்போது, அநியாயம் அதிகரிக்கும் போது கடவுள் தோன்றுவார்! ரகுநாதனே அந்தப் பிள்ளையாரைப் போய்ப் பார்த்திருக்கிறான். ஒரு குழியில் நிறைய மழைநீர் இருந்தது. அத்தண்ணீர் மத்தியில் பிள்ளையார் உட்கார்ந்திருந்தார். ஆனால், இவ்வளவு எல்லாம் அமர்க்களமாகத் தோன்றிய பிள்ளையாரை ஒருநாள் அரசு தூக்கிச் சென்றுவிட்டது. பிள்ளையாரை ஒரு போலீஸ்காரன்தான் கொண்டு வந்து

வைத்தான் என்று அறிவித்தது. அந்தப் போலீஸ்காரன் கொஞ்சம் சித்தஸ்வாதீனம் அற்றவன் என்று சொன்னார்கள். கடைசியில் அந்தப் பிள்ளையார் விஷயம் ஒரு கேலிக்கூத்தாகிவிட்டது…

ரகுநாதன் அப்பாதை வழியாகத் தொடர்ந்து நடந்து சென்றான். தென் சென்னையின் ஒரு பிரதான மயானம் அங்கேதான் இருந்தது. அவன் அவ்விடம் சென்றபோது ஒரு பிணம் எரிந்து கொண்டிருந்தது. மயானத்தைச் சுற்றிச் சாக்கடைகள், அசுத்தம், குப்பை மலைகள் ஆதலால் நிறையப் பன்றிகள். ரகுநாதனுக்கு ராஜப்பா பேசிய தத்துவச் சொற்கள் நினைவுக்கு வந்தது. எப்படிப்பட்ட பஞ்சு மெத்தைகளில் படுத்து ஆடம்பர வாழ்க்கை வாழ்ந்தாலும் இந்த உடலின் இறுதிக் காலம் சாக்கடை அருகில்; பன்றிகள் மத்தியில்.

மயானத்தருகில் இருந்த சேரிகளைக் காலி செய்துகொண் டிருந்தார்கள். சேரி ஒழிப்புத் திட்டத்தின்படி ஒரு சேரியை ஒரு இடத்திலிருந்து இன்னொரு இடத்திற்குக் குடிபோக வைப்பது. முதல் சேரி இருந்த இடத்தில் ஒழுங்கான கட்டிடங்களாகப் புதுச்சேரி கட்டுவது, முன்பு குடிசைச் சேரியாக இருந்தபோது அங்கு வசித்தவர்களுக்கு இக்கட்டிடச் சேரியில் இடமளிப்பது. இத்திட்டத்தினால் எங்கெங்கோ புதுப் புதுச் சேரிகள் தோன்றின. அமைதியாக இருந்த ஒரு பொழுது விடிந்த போது நடைபாதை யெல்லாம் வரிசையாகக் குடிசைகளுடன் காணப்பட்டது. அத்தெரு முழுக்க இருந்த வீடுகளில் இருநூறு பேர் வசித்தார்கள் என்றால் புதிதாக எழுந்த நடைபாதைக் குடிசைகளில் ஆயிரம் பேர் வசித்தார்கள். புதிதாகக் குடியேறிய ஆயிரம் பேருக்குத் தண்ணீருக்கு எங்கு செல்வது? அவர்கள் எங்கு குளிப்பார்கள்? அவர்களுடைய இயற்கைக் கடன்களுக்கு என்ன செய்வார்கள்?

ரகுநாதனுக்குச் சென்னை நகரம் ஒரு மீளாத சுழலில் சிக்கிக் கொண்டது போலத் தோன்றிற்று. அவனுக்கு நினைவு தெரிந்து சென்னையில் பல இடங்கள் நிறைய மரங்களும் செடிகளும் வெற்றிடங்களுமாக இருந்து அமைதி தோன்ற இருக்கும், சென்னை நகரத்தின் நட்ட நடுவில் நெல் வயல்கள் கூட இருந்தன! இப்போது காலியாக இடம் இருந்தால் வீடு கட்டுகிறார்கள். அல்லது சேரி கிளம்பிவிடுகிறது. சாலை மரங்களை எல்லாம் பழிவாங்குவதுபோல வெட்டிச் சாய்க்கிறார்கள். சென்னையில் பெரிய சாலைகளில் கால்நடையாகச் செல்லும்போது திடீரென்று மழை வந்துவிட்டால் ஒண்டுவதற்கு இடம் கிடையாது. முன்பு ரகுநாதனே எவ்வளவு முறை மரங்களடியில் ஒண்டிக்கொண் டிருக்கிறான்?

தூரத்தில் மின்சார இரயில் போவது தெரிந்தது. ரகுநாதனுக்குத் தெரிந்து மின்சார இரயில் ஒன்றுதான் அப்படியே ஒரு மாற்றமும் இல்லாமல் வருடக்கணக்காக அதே அலுமினிய வண்ணத்துடன் அதே தாம்பரம், அதே கடற்கரை இரயில் நிலையங்களுக்கிடையில் ஓடிக்கொண்டிருக்கிறது. தென்னிந்தியாவில் சென்னை நகரத்தின் ஒரு தனிச் சிறப்பு இந்த மின்சார இரயில் வண்டி. ஐந்து நிமிடத்திற்கொன்று ஓடிக் கொண்டிருக்கும். இந்த வண்டிக்குத் தமிழ் நாட்டில் மின்சாரத் தட்டுப்பாடு ஏற்பட்டால் உடனே தலைவலி பிடித்துக் கொள்ளும். பத்து நிமிடங்களுக்கொருமுறை, இருபது நிமிடங்களுக்கு ஒருமுறை, அரை மணிக்கொருமுறை என்று கூட ஆகியிருக்கிறது. ஒவ்வொரு இரயில் வண்டியும் கூட்டம் பிதுங்கிக் கதவு, ஜன்னல் வழியாகவெல்லாம் வெளியே வழிந்து செல்லும்.

ரகுநாதன் ஒரு இரயில் லெவல் கிராஸிங் அருகே சென்று மின்சார இரயில்கள் வந்து போவதை வேடிக்கை பார்த்தபடி நின்றான். அவன் மீண்டும் ஒரு சிறுவனான மாதிரி தோன்றிற்று. ஆனால், அந்நேரத்தில் சிறுவர்களாக இருந்தவர்கள் கூட இரயிலை வேடிக்கை பார்த்தபடி நிற்கவில்லை. இரயில் பாதை இருமருங்கிலும் சாலைக்கு கேட் மூடி பூட்டியிருந்தால்கூட அவர்கள் அந்தக் கேட்டின் நடுவில் தலையைக் கொடுத்து உடலை வளைத்து நுழைந்து இரயில் பாதையைக் கடந்து சென்றார்கள்.

"என்னங்க, சௌக்கியங்களா?" என்ற குரல் கேட்டு ரகுநாதன் திடுக்கிட்டான். ஒருவன் தலைப்பாகையுடன் அவனைப் பார்த்துப் புன்முறுவல் செய்தான்.

"என்னை அடையாளம் தெரியலீங்களா?" என்று அந்த ஆள் கேட்டான்.

ரகுநாதனுக்கு அந்த ஆளின் தோற்றம், உடை, உடலமைப்பு இவற்றை வைத்து அவனை அவன் எங்கே சந்தித்திருக்க முடியும் என்று யோசித்துப் பார்த்தான். அவன் வீட்டில் எப்போதோ வெள்ளையடித்தது. இந்த ஆள் வெள்ளையடிக்கவில்லை. எப்போதோ ஒருமுறை ஒரு நாற்காலியைச் சரிசெய்தது. நாற்காலியைச் சரி செய்த தச்சன் இந்த ஆளில்லை. பின் யாராயிருக்கும்?

"நான் முன்சாமி இல்லீங்களா?" என்று அந்த ஆள் கேட்டான்.

"நீ முனுசாமியா?" என்று பதிலுக்குக் கேட்டான் ரகுநாதன்.

"ஆமாங்க. அதுக்குள்ளாற மறந்துட்டீங்களே?"

"இல்லை இல்லை... உன்னை மறக்கலை!" உண்மையில் ரகுநாதனுக்கு யார் அந்த முனுசாமி என்று ஞாபகமே வரவில்லை.

"உங்க வீடு இந்தப் பக்கந்தானாங்களா?" என்று முனுசாமி கேட்டான்.

"இந்தப் பக்கம்னு சொல்ல முடியாது! அதோ அங்கே மாம்பலம் கோயில் கிட்டே!"

"பின்னே இங்கே எங்கே வந்தீங்க? யாரையாவது பார்க்க வந்தீங்களா?"

"இல்லை, சும்மாதான் இப்படி நடந்துவந்தேன். ஆமா, நீ இங்கேதான் இருக்கியா?"

"இல்லீங்க, நான் இருக்கிறது சூளைமேடு!"

"பின்னே இங்கே எங்கே வந்தே? யாரையாவது பார்க்க வந்தயா?"

முனுசாமி ரகுநாதனைப் பார்த்துக் கண்ணடித்தான். "சொல்லட்டுங்களா? இங்கேதான் ஒரு இடத்திலே ஒரு சரக்கு தரான். அது மாதிரி இந்த உலகம் முழுக்கத் தேடினாக்கூடக் கிடைக்காது!"

"சரக்கா? அப்படின்னா?"

"சரக்குன்னாத் தெரியாது? அதுதான்..." என்று சொல்லி முனுசாமி கட்டை விரலைத் தூக்கி வாயருகே காண்பித்தான்.

ரகுநாதன் ஒருகணம் விழித்தான். அப்புறம் உடனே எல்லாம் நினைவுக்கு வர அவனுக்குப் பரபரப்பு மிகுந்தது.

"ஓகோ, நீ அந்த முனுசாமியா?" என்றான்.

"இப்பத்தான் நினைவுக்கு வறதுங்களா?" என்று முனுசாமி கேட்டான்.

"ஆமாம். எனக்கு மறந்தே போயிடுத்து. நீ மவுண்ட் ரோடுகிட்டே ரிக்ஷா ஓட்றே, இல்லை?"

"ஆமாங்க, அதேதான்."

"பின்னே சூளைமேட்டிலே இருக்கேன்னு சொல்றே?"

"என் பொஞ்சாதி குயந்தைங்க அங்கே இருக்குங்க."

"நீ இருக்கிறது சூளைமேடுதானே?"

"ஆமாம், ஆமாம்."

"இந்தப் பக்கமா எங்கேயாவது வண்டி ஓட்டறது தானே? ஆமாம், எங்கே உன் வண்டி?"

"என் வண்டிக்காரரு சிந்தாதிரிப்பேட்டைங்க, வாடகைக்கு எடுத்துத்தானே ஓட்டறேன்."

"அப்போ இந்தப் பக்கமாக்கூட யார் கிட்டேயாவது வாடகைக்கு வாங்கி ஓட்டலாம், இல்லையா? உன் வீடுகிட்டே இருந்தா சாப்பாடாவது வீட்டிலே சாப்பிடலாம்."

"எனக்கு இந்த ஊர்லே எந்த இடத்திலையும் சாப்பாட்டுக்குக் கவலை இல்லீங்க. எனக்கு ஒரு சம்சாரம் மவுண்ட்ரோடு கிட்டேயே இருக்குது."

"உனக்கு இரண்டு சம்சாரமா?"

"இல்லீங்க. டவுன் பக்கம் இன்னொண்ணு இருக்குதுங்க."

"நீ மூணு பேருக்கு எப்படிச் சாப்பாடு போடறே?"

"அதுங்களுந்தான் வேலை செய்யுதுங்களே? அதுங்களுந் தான் சம்பாதிக்குதுங்க, கல்யாணம் கட்டறதே சோறு போடறதுக்குத்தான்னா அது என்ன கல்யாணங்க?"

ரகுநாதனுக்கு இது தூக்கிவாரிப்போட்டது. மேலை நாடுகளில் இதே கருத்துத்தான் இப்போது ஒரு பெரிய இயக்கமாகப் பரவிக் கொண்டிருக்கிறது. பெண்கள் விடுதலை இயக்கத்தின் முதல் அடிப்படை பெண்கள் ஆண்களுக்குச் சேர்த்துக் கடன் என்ற நிலை ஒழிய வேண்டும். ஆண்களை அன்றாடத் தேவைக்கு அண்டியிருக்கும் அந்த ஒரு காரணத்தாலேயே பெண்கள் அடிமைகளுக்கும் கீழாக அந்தஸ்து பெற்றிருப்பது. இது பெண்கள் – அதாவது படித்துச் சுயமாக வாழ வகை கிடைத்திருக்கும் பெண்கள் – தீவிரமாக யோசித்துக் கண்டுபிடித்த உண்மை. ஆனால், இங்கே ஒரு சாதாரண ரிக்ஷாக்காரன் இதையே வாழ்க்கை நியதியாகக் கொண்டிருக்கிறான். ஒரு விதத்தில் இவன் மூன்று பெண்களை ஏய்த்துச் சுரண்டிக் கொண்டிருக்கிறான் எனலாம். ஆனால், அவர்கள் சுதந்திரமாக இயங்குகிறவர்கள். அவர்கள் மனமொப்பித்தான் இத்தகைய வாழ்க்கையை மேற்கொண்டிருக்கிறார்கள்.

ரகுநாதன் தன்னுடைய வர்க்கத்தைப் பற்றி நினைத்துப் பார்த்துக்கொண்டான். தனக்கு இப்படிச் சுதந்திரம் அனுபவிக்க முடியுமா? தன்னோடு சம்பந்தப்பட்டவர்களுக்குச் சுதந்திரம் அனுபவிக்க அனுமதிக்க முடியுமா? ஒன்றுமில்லை. அவன்

அம்மாவுக்கே அவனால் தடைகளும் தடங்கல்களுமே தவிர உண்மையான சுதந்திரம் இல்லை. பாவம் ஒரு அப்பாவி மனிதன் வீட்டிற்கு வந்து அரிசி, பருப்பு வாங்கித்தர ஒத்தாசை செய்தால்கூட ரகுநாதனுக்கு அதை ஆட்சேபிக்கத் தோன்றுகிறது. அவன் சுதந்திரமாகவும் மனநிறைவோடும் வாழ அவனுடைய வர்க்கமே எவ்வளவு பெரிய எதிரியாயிருக்கிறது!

ரகுநாதன் வேகமாக வீடு திரும்பினான். இப்போது பசிக்கவும் செய்தது. ஒன்பது மணிக்கே சாப்பிட்டுப் பழக்கமானவன்; இப்போது மணி பத்துக்கு மேலிருக்கும்.

ஒருவிதத்தில் முனுசாமியும் ராஜப்பாவும் ஒரே ஜாதி! இருவரும் குடிகாரர்கள். இப்போதுகூட முனுசாமி அவனுக்குகந்த போதைப் பொருளை நாடித்தான் சென்றுகொண்டிருக்கிறான். ஏதோ ஐந்து நிமிஷ சந்திப்பாக இருந்தாலும் முனுசாமியால் ஞாபகம் வைத்துக் கொள்ள முடிந்தது. ராஜப்பாவோடு ரகுநாதன் மணிக்கணக்கில் செலவழித்தாகிவிட்டது. அவருடைய ஞாபகம் எப்படி இருக்கப் போகிறது?

வீடு வந்ததும் அம்மா சொன்னாள்: "உன்னை ஆபீஸிலிருந்து தேடிக்கொண்டு யாரோ வந்திருந்தா..."

16

"ஆபீஸா? எனக்கேது ஆபீஸ்?" என்று ரகுநாதன் அம்மாவிடம் சொன்னான்.

"என்னமோப்பா, எனக்குத் தெரியாது!" என்று சொல்லிவிட்டு அம்மா கோபத்துடன் உள்ளே சென்றுவிட்டாள்.

முதலில் ரகுநாதனும் இதை அதிகமாகப் பொருட்படுத்தவில்லை. அம்மாவிடம் சென்று "எனக்குச் சாதம் போடறியா?" என்று கேட்டான்.

"தட்டைப் போட்டுண்டு உக்காரேன்" என்று அம்மா சொன்னாள்.

சாப்பிடும் போது அம்மாவாக எதுவாவது சொல்வாள் என்று ரகுநாதன் ஆவலோடு காத்துக்கொண்டிருந்தான். ஆனால், அவள் மிகுந்த கட்டுப்பாடுடன் வாயைத் திறக்கவில்லை. ரகுநாதன் சாப்பிட்டு முடித்தான். அவன் மேசையிடம் சென்று உட்கார்ந்துகொண்டான்.

வெளியே தெருவில் காரியாலயம் செல்லும் ஆண்கள் பெண்களின் திட்டமிடப்படாத ஊர்வலம் சென்றுகொண்டிருந்தது. இன்னும் பத்துப் பதினைந்து நிமிடங்களுக்குப் பிறகு அந்த ரக மனிதர்களைத் தெருவில் பார்க்க முடியாது. பிற்பகல் மூன்று நான்கு மணி வரை பிளாஸ்டிக் சாமான்கள், எவர்சில்வர் சாமான்கள், அலுமினியப் பாத்திரங்கள் இவைதான் தெருவில் போகும்.

ரகுநாதனாக அவனுடைய அம்மாவைக் கேட்டான். "யார் வந்தா என்னைத் தேடிண்டு?"

அம்மா முதலில் பதில் சொல்லவில்லை. ரகுநாதன் மறுபடியும் கேட்டான். அப்போதுதான் அவள் சொன்னாள். "யாரோ சோமய்யான்னு சொன்னான்."

"சோமய்யாவா? அவன் கார் ஏதாவது கொண்டு வந்திருந்தானா?"

"அது எனக்குத் தெரியாது. நான் வெளியிலே பார்க்கலை. அவன் உன்னை உடனே ஆபீசுக்கு வரச் சொன்னான்."

சோமய்யா டிபுடி மானேஜிங் டைரக்டருடைய டிரைவர். ரகுநாதனுடைய காரியாலயத்தில் அரை டஜன் பியூன்கள் உண்டு. இருபது காசுச் செலவில் பேசாமல் ஒரு கடிதம் எழுதிப் போட்டுவிடலாம். ஆனால், இப்போது டிபுடி மானேஜிங் டைரக்டரின் டிரைவரே வந்திருக்கிறான். என்ன அவசரம்? அதுவும் டிபுடி மானேஜிங் டைரக்டருக்கு?

ரகுநாதனுக்குக் கைகால் வெலவெலத்தது. அவனை அந்த மனிதர் வேலையிலிருந்து சஸ்பெண்டு செய்கிறேன் என்றபோதுகூட அவன் அதிகம் பரபரப்படையவில்லை. பார்க்கப் போனால் அன்று அவனுக்கு நிகழ்ச்சிகள் நிகழ்ந்த வேகத்தில் தனிப்பட்ட எந்த உணர்ச்சிக்கும் அவகாசம் இல்லாமல் போயிற்று. அன்று நடந்த சம்பவங்களின் முழுப் பாதிப்பும் அவனுக்குப் புரிய இரண்டு மூன்று நாட்கள் ஆகின. இன்று எதற்காக என்று அவன் கூப்பிடப்பட்டிருக்கிறான்?

"அவன் வேறே ஏதாவது சொன்னானா?" என்று அம்மாவைக் கேட்டான்.

"நீ இருக்கியான்னு கேட்டான். இல்லைன்னு நான் சொன்னதும் உன்னை எவ்வளவு சீக்கிரம் முடியுமோ அவ்வளவு சீக்கிரம் ஆபீசுக்கு வரச்சொன்னான்?"

"இதை நீ இவ்வளவு ஆற அமரச் சொல்றே!"

"முதல்லியே சொல்ல வந்தா நீ கோச்சுண்டே!"

ரகுநாதன் கண்ணாடியில் முகத்தைப் பார்த்துக் கொண்டான். தாடி, மீசை ஒரு நாள் வளர்ச்சிதான். அவன் சாதாரணமாக இரு நாட்களுக்கு ஒருமுறைதான் முகச்சவரம் செய்துகொள்வது. அதன்படி அவன் நாளை தான் மீண்டும் பிளேடையும் சோப்பையும் தொடவேண்டும். ஆனால், ஒரேநாள் ஆகியிருந்தாலும் சாம்பல் பூசியது போல முகத்தில் சற்றே கருமை படர்ந்திருந்தது. இந்தக் கறுப்போடு மீண்டும் டிபுடி டைரக்டர் முகத்தில் விழிக்க வேண்டுமா?

ரகுநாதன் அவசர அவசரமாகச் சோப்பை முகத்தில் பூசிக்கொண்டு பிரஷ்ஷால் நுரையெழுப்பினான். அவன் எப்போதும் சவரம் செய்துகொண்ட பிறகுதான் குளிப்பான். இன்றோ குளித்துவிட்டுச் சவரம் செய்து கொள்கிறான். அதுவும் உணவு உண்ட பின் அந்தக் காரியத்தைச் செய்து கொள்கிறான்.

தான் என்றும் செய்யாததைச் செய்கிறோம் என்ற உணர்வோடு செயல்பட்டதினாலோ என்னவோ முகப் பரப்பில் பல இடங்களில் கருமைத் தீவுகள் நின்றுவிட்டன. ரகுநாதன் இன்னொரு முறை சோப்பைப் பூசிக்கொண்டான். அவன் ஒருவாறு முகத்தை மழமழப்பாகச் செய்துகொண்டு முடிப்பதற்குள் அவனுக்கு ஏகமாக வியர்த்துக்கொட்டியது.

மீண்டும் முகத்தைக் கழுவிக்கொண்டு, தலையில் தண்ணீரைத் தெளித்துக்கொண்டு ரகுநாதன் கண்ணாடி முன் நின்றான். காலையிலேயே குளித்த பின் தலை வாரிய போதுதான் மயிர் திருப்திகரமாகப் படியும். இப்போது பல இடங்களில் மயிர் எங்கெங்கோ நீட்டிக்கொண்டு நின்றது.

தலையை ஒருவாறு சரி செய்துகொண்டு ரகுநாதன் வேறு உடை உடுத்திக்கொள்ளத் துவங்கினான். நேற்று தான் அவன் விசேஷமாக உடை உடுத்துக்கொண்டு வெளியே சென்றிருக்கிறான். இன்றும் அப்படியே உடை உடுத்திக்கொள்ள வேண்டாம்.

அப்படி உடுத்திக்கொள்ளத் துவங்கியபின் மீண்டும் ரகுநாதனுக்குச் சந்தேகம் வந்தது. நம்மை இன்று வெறுமனே கூப்பிட்டு வரச் சொல்லியிருக்கிறார்கள். அதற்காக ஏதோ புது வேலைக்குப்போகிறது போல உடை உடுத்திக்கொள்ளவேண்டுமா? எதற்காக அழைத்திருக்கிறார்களோ? இன்னும் முறையான விசாரணை என்று நடக்கவில்லை. ஆதலால் இன்று அதை முடித்துவிடப் போகிறார்களோ? அல்லது தொழிலாளர் யூனியன் எதிலிருந்தாவது அவர்களுக்கு நோட்டீசு வந்திருக்கிறதோ? எப்படி யார் அவன் சார்பில் வாதிட வந்தாலும் சில உண்மைகள் மலைபோல எல்லாருடைய கண்ணிலும் தெரியுமாறு குறுக்கே நின்கின்றன. யார் என்ன செய்ய முடியும்? கொஞ்சம் தயவு காட்டுங்கள், பையன் இதுதான் முதல் தடவையாகத் தவறு செய்திருக்கிறான் என்று வேண்டுமானால் கெஞ்சிக் கேட்கலாம். அப்போது நிறுவனத்தார் உண்மையாகவே தயைகாட்டினால் அவனுடைய பழைய வேலையைத் திருப்பித் தந்துவிடலாம். ஆனால், தண்டனை என்று ஏதாவது தராமல் விடுவார்களா? மூன்று வருடத்திற்கு உனக்குச் சம்பள உயர்வு கிடையாது போ; இன்னும் ஐந்து வருடத்திற்கு உனக்கு உத்தியோக உயர்வு கிடையாது, போ போ! இன்னும் பத்து வருடத்திற்கு நீ பழைய

ஆகாயத் தாமரை

மேசை நாற்காலியைத்தான் உபயோகிக்கவேண்டும், போ போ போ! பழைய மேசை நாற்காலியில் உட்காருவதற்கு விசேஷ உடை எதற்கு?

ரகுநாதன் பளபளப்பான டிரவுசரைக் கழற்றிவிட்டுக் கொஞ்சம் அடக்கமாக உள்ள பழைய டிரவுசர் ஒன்றை மாட்டிக் கொண்டான். அவனுக்கு அன்று சவரமும் செய்துகொள்ளாமல் இருந்திருக்கலாம் என்று தோன்றிற்று. ஆனால், அதைப்பற்றி இப்போது செய்யக்கூடியது ஒன்றுமில்லை. கொஞ்சம் தாடி மீசையோடு போனால் பரிதாபம் ஏற்படுத்தலாம் பிறரிடம். ஆனால், இது ஒரே மாதிரி எல்லாரிடமும் பயன்படுவதில்லை. சிலருக்கு இதெல்லாம், சோம்பேறித்தனமாகப் படும். சோம்பேறிக்கு யார் அனுதாபம் காட்டுவார்கள்? சவரம் செய்து கொள்ளாமல் இருந்தால் பரவாயில்லை. சவரம் செய்துகொண்டு விட்டதாலும் குடி முழுகிப் போய்விடாது—இன்னும் முழுகுவதற்கு ஏதாவது பாக்கி இருந்தால்.

ஒருவழியாக ரகுநாதன் வெளியே கிளம்பும்போது பதினொன்றரை மணியாகிவிட்டது. அன்றும் நல்ல வேளையாக பாலகிருஷ்ணன் எதிரே வரவில்லை. மாறாக ஒரு மண்ணெண்ணெய் வண்டிதான் வந்தது. அது நல்ல சகுனமா? திட்டவட்டமாகத் தெரியாததால் அதை நல்ல சகுனம் என்றே கொள்ளவேண்டும். மேலும், சகுன சாஸ்திரம் எழுதியபோது கிரஸின் ஆயில் எங்கே இருந்திருக்கப் போகிறது?

ரகுநாதன் இப்போது பஸ்ஸில் ஒழுங்காக உட்கார இடம் கிடைத்தது. பஸ்ஸூம் உடனே கிளம்பிற்று. ஆனால், இம்முறை ஜெமினி மேம்பாலக்கட்டிட வேலை இடங்களைத் தாண்டுவதற்கு மிகவும் தாமதமாகிவிட்டது. போதாததற்கு அண்ணா சாலையில் ஒருபெரிய ஊர்வலம். ஊர்வலத்தில் மக்கள் திரள் அதிகம் இல்லாது போனாலும் போலீசாரும் அலங்காரக் கொடிகளும் ஏராளமாக இருந்தன. அந்த ஊர்வலத்திற்குப் பணத்தைத் தண்ணீராகச் செலவழித்திருந்தார்கள். ஊர்வலத்திற்குத் தலைமை வகிப்பதுபோல வெண்குதிரை ஒன்றின் மீது ஒரு நடிகன். அந்த நடிகன் நடிப்புத் துறையில் அதிகம் முன்னேற வாய்ப்புக்கிடையாது. அவனுக்கு நடிப்பே வராது என்று சொல்பவர்கள் உண்டு. ஆனால், அவனுக்கு அவனுடைய கட்சியில் செல்வாக்கு உண்டு. அவன் பெயரில் ரசிகர் மன்றம் கூடக் கூட்டியிருந்தார்கள். ரகுநாதனுக்கு அந்த நடிகன் மீது விசேஷ அன்போ விசேஷக் கோபமோ கிடையாது.

ஆனால், அன்று மட்டும் அவன்மீது தனி எரிச்சல் ஏற்பட்டது. அந்த நடிகனும் அந்தக் குதிரையும் அந்த ஊர்வலமும்

இல்லாவிட்டால் பஸ் ஒழுங்காக உரிய நேரத்தில் போக வேண்டிய இடம் செல்லுமல்லவா? இப்போது போலக் கலியாண ஊர்வலம் போல ஊர்ந்து கொண்டா இருக்கும்?

ஊர்வலத்தோடு பஸ் ஊர்ந்து கொண்டிருந்தபோது ஊர்வலக்காரன் ஒருவன் ஒரு உண்டியல் டப்பாவோடு பஸ்ஸில் ஏறி டப்பாவைக் குலுக்கினான். அவன் ரகுநாதனிடம் வந்து டப்பாவை மீண்டும் குலுக்கியபோது ரகுநாதன், "போய்யா, அந்தாண்டை! வேறெ வேலை இல்லை உங்களுக்கு" என்றான். இதைச் சொன்னதும் போயும் போயும் அந்தக் குறிப்பிட்ட தினத்தன்று வம்பை விலைக்கு வாங்கிக் கொள்ள வேண்டாமே என்று தோன்றியது. உண்டியல் ஆள் "என்னடா சொன்னே?" என்று ரகுநாதன் சட்டையைப் பிடிக்க வந்தான். ரகுநாதன் உண்டியல்காரன் நீட்டிய கையைப் பற்றி அதை அப்படியே வளைத்தான். இதற்குள் பஸ்ஸில் இருந்த மற்றவர்கள் சண்டை முற்றாமல் பார்த்துக் கொண்டார்கள். அப்போது ஒருவன் ரகுநாதன் காதில் ரகசியமாக "நீங்க இப்பவே இறங்கி எங்கேயாவது போயிடுங்க. இல்லேன்னா இந்தப் பொறுக்கிப் பசங்க ஊர்வலத்திலேருந்து ஆள்கூட்டி வந்து கொன்னு போட வந்துடுவாங்க," என்றான்.

ரகுநாதன் வயிறு கலங்கியதும். அவன் அவ்வாறு அரசியல் கூட்டத்தினர் கிடைத்த ஆளைப் பிடித்து நொறுக்குவதைப் பார்த்திருக்கிறான். ஒரு சமயத்தில் ஐந்தாறு பேர் சைக்கிள் செயினை வீசி அடித்து ஒருவனைக் கொன்றேவிட்டார்கள்.

ரகுநாதன் பஸ்ஸில் இருந்த அமளியைப் பயன்படுத்திக்கொண்டு விரைந்து இறங்கினான். அவனும் ஊர்வலத்தில் ஒருவன் போல ஒளிந்துகொண்டான். ஒரு மாதிரி நகர்ந்து நகர்ந்து சென்று தெரு ஓரத்தை அடைந்து ஒரு கடைக்குள் நுழைந்தான்.

அவன் பயப்பட்டது சரியானதே என்பதுபோல் பஸ்ஸிலும் பஸ்ஸைச் சுற்றி இருந்த ஊர்வலக்காரர்கள் மத்தியிலும் பரபரப்பு இருந்தது. ரகுநாதனைத் தேடிக்கொண்டிருக்க வேண்டும் அவர்கள். ஆனால் இம்மாதிரிக் குழப்பங்களில் ஆள் அடையாளம் தெரிந்தவர்கள் மிகக் குறைவு. அந்த உண்டியல்காரனுக்கே ரகுநாதனை மீண்டும் அடையாளம் கண்டுகொள்ள முடியாமல் போகலாம். ஆனால் ரகுநாதனின் பயம் தணியவில்லை. அவன் அந்த ஊர்வலம் அவ்விடத்தைக் கடந்து சென்று வெகுநேரம் ஆனபின்னே அந்தக் கடையைவிட்டு வெளியேறி நடந்தே அவன் முன்பு வேலை செய்து வந்த நிறுவனத்தை அடைந்தான்.

அவன் அதை அடைந்தபோது பிற்பகல் உணவு இடைவேளை. ரகுநாதன் மவுண்ட் ரோடிலேயே சிறிது நேரம்

சுற்றிக்கொண்டிருந்தான். புதிதாகக் கட்டப்பட்ட சினிமா கொட்டகைகளிடம் சென்று அங்கு இடித்து நசுக்கிக்கொண்டிருந்த கும்பலைத் தூரத்திலிருந்து பார்த்தான். ஒரு கிறித்துவ புத்தகக் கடை கண்ணாடி ஜன்னல் வழியாகத் தெரிந்த பல புத்தகங்கள் – அவை எல்லாம் பிரித்து வைக்கப்பட்டிருந்தன – அவை எல்லாம் ஒரு வரி விடாமல் படித்தான். அவனுடைய மனத்தில் ஆடுகளும் அப்பங் களும் மீன்களும் நிறைந்திருந்தன. பிரபந்த சிருஷ்டியைப் பற்றித் தெரிந்து கொண்டிருந்தான். சில சந்தேகங்கள் எழுந்திருந்தன. சில பயங்கள் தோன்றியிருந்தன. சில நம்பிக்கைகள் முளைத்திருந்தன.

ரகுநாதனுக்குச் சிறிது தாகமும் எடுத்தது. ஒரு ஓட்டலுக்குச் சென்று காபி குடித்தான். இவ்வளவு புரிந்தும் இடைவேளை முடிய இன்னும் ஐந்து நிமிஷங்கள் இருந்தன. அந்த ஐந்து நிமிஷங்களில் மவுண்ட்ரோடில் அந்த இடத்தில் நடைபாதையில் விற்கப்படும் பாம்புத் தோல், பாம்புத் தோல் பெல்ட், பாம்புத் தோல் பர்ஸ் முதலானவற்றை நிதானமாக ஆராய்ந்தான். அதன் பிறகு அவனுடைய காரியாலயக் கட்டிடத்தை அடைந்தான்.

அவன் அக்கட்டிடத்தில் அவன் வேலை செய்த காரியாலயப் பகுதியை அடைந்தவுடன் வரவேற்பாளராகப் பணிபுரியும் ஆங்கிலோ–இந்தியப் பெண் அவனைப் பார்த்து, 'ஹலோ ரகுநாத்!' என்று ஆர்வத்தோடு வரவேற்றாள். ஒரு பியூன் "வாங்க சார், அன்னிக்கப்புறம் உங்களை இந்தப் பக்கமே காணோமே?" என்றான்.

ரகுநாதன் உள்ளே சென்றான். வழியில் உதவி அக்கவுண்டண்ட் பொடி போட்டுக்கொண்டு இருந்தார். அவர் ரகுநாதனைப் பார்த்து, "என்னப்பா, எங்கே போயிட்டே நீ? சஸ்பெண்ட் ஆனா ஆபீசுக்கு வரக்கூடாதா?" என்றார். அப்போது அக்கவுண்டண்டே அங்கு வந்து விட்டார்.

"என்ன தலைமறைவாப் போயிட்டே!" என்று அவரும் கேட்டார்.

ரகுநாதன் பதிலுக்குக் கேட்டான்: "சஸ்பெண்ட் செய்யறது ஆபீசுக்கு வரக்கூடாதுன்னுதானே?"

அக்கவுண்டண்ட் அதற்குப் பதில் சொல்லவில்லை. "வா உள்ளே," என்று சொல்லி அவருடைய அறைக்கு அழைத்துச் சென்றார்.

"உக்காரு," என்றார்.

இம்முறை ரகுநாதன் 'பரவாயில்லை சார். நிக்கறேன்!' என்று சொல்லவில்லை. வேலையைவிட்டுத் துரத்தியாயிற்று,

இவங்களுக்கு மரியாதை என்ன மரியாதை? ரகுநாதன் சௌகரியமாக உட்கார்ந்துகொண்டான்.

"நீ எந்தக் கண்காட்சியிலே வேலை பண்ணினே?" என்று அக்கவுண்டண்ட் கேட்டார்.

"இப்ப என்ன அதுக்கு?"

"கேட்டேன்."

"கேட்டுண்டே இருங்க."

அக்கவுண்டண்ட் உடனே விரைப்பாக நாற்காலியில் நிமிர்ந்து உட்கார்ந்தார். இண்டர்காம் டெலிபோனில் ஒரு எண்ணை அழுத்தி, "எஸ். ரகுநாதன் வந்திருக்கார்" என்றார்.

பதில் குரல் டெலிபோனில் சாத்தியத்தையும் மீறி ஒலித்ததை ரகுநாதனும் ஒருவாறு கேட்க முடிந்தது.

"உடனே ரூமுக்கு வரச் சொல்லுங்க."

அக்கவுண்டண்ட் ரகுநாதனிடம், "உன்னை மானேஜர் ரூமுக்கு வரச் சொல்றார்" என்றார்.

"எனக்கு மானேஜர் ரூம் தெரியாதே?" என்று ரகுநாதன் கூறினான்.

அக்கவுண்டண்ட் ரகுநாதனை முறைத்துப் பார்த்தார். ரகுநாதன் தோள்களைக் குலுக்கிக் கொண்டான்.

அக்கவுண்டண்ட் தன் மேஜை மீது வைத்திருந்த மணியை அடித்தார். அவர் இருமுறை அடித்தும் யாரும் வரவில்லை. ரகுநாதன் சிறிதும் விட்டுக்கொடுக்காமல் அப்படியே அமர்ந்திருந்தான். பிறகு அக்கவுண்டண்டே எழுந்து, "வா, நானே அழைச்சிண்டு போறேன்" என்றார்.

ரகுநாதன் எழுந்து கொண்டான். அக்கவுண்டண்ட் அவனை அழைத்துக் கொண்டு மானேஜர் அறைக்கதவைத் தட்டினார். பிறகு கதவைத் திறந்து "மிஸ்டர் ரகுநாதன் வந்திருக்கார்!" என்றார்.

"வரச்சொல்லுங்கோ" என்று மானேஜர் குரல் கேட்டது.

"அவருக்கு உங்க ரூம் தெரியாதாம்."

"வாட்! வாப்பா, வாப்பா உள்ளே. என்ன இது வேடிக்கை?"

ரகுநாதன் உள்ளே நுழைந்தவன் விரைப்பாக இருந்தாலும் சிறிது உஷாராகவும் இருந்தான்.

"வா... உட்காரு இப்படி..." என்று மானேஜர் சொன்னார். அக்கவுண்டண்ட் அப்படியே சென்றுவிட்டார். ரகுநாதன் ஒரு நாற்காலியில் உட்கார்ந்து கொண்டான்.

"நீ ஏன் அப்புறம் ஆபீஸ் பக்கமே வரலை?" என்று மானேஜர் கேட்டார்.

"எனக்கு இங்கே என்ன வேலை?"

"இல்லை... சரி... இருந்தாலும் நீ வந்திருக்கலாம்..."

"எனக்கு வரத்தோனலை."

"அது சரிதான். ஆனா நான் விசாரிச்சுண்டுதான் இருந்தேன்..."

ரகுநாதனுக்கு ஒரு சந்தேகம் எழுந்தது.

அவனுக்கு வரவேற்புப் பெண்ணும் பியூனும் அவனை சகஜமாக வரவேற்றுப் பேசியதில் ஆச்சரியம் இல்லை. ஆனால், உதவி அக்கவுண்டண்ட், அக்கவுண்டண்ட், இதோ இப்போது மானேஜர் எல்லாருமே ஒரு புது மாதிரியாக நடந்து கொள்கிறார்கள். ஏன் இந்தப் பக்கம் வரவில்லை என்று அங்கலாய்ப்போடு கேட்கிறார்கள். இவர்களில் யாராவது பெண்ணாக இருந்தால் அவனைக் கல்யாணம் கூடச் செய்து கொண்டு விடுவார்கள். இந்த மாறுதலுக்கு என்ன காரணம்?

திடீரென்று ரகுநாதனுக்கு மின்னல் போலப் பளிச்சிட்டது. ராஜப்பா! ராஜப்பா இந்த நிறுவனத்தாரிடம் பேசியிருக்கிறார். ஏதோ சொல்லியிருக்கிறார். அதனால்தான் இவர்களுக்கு அவன் மீது இப்படிக் காதல் பிறந்திருக்கிறது.

மானேஜர் கேட்டார். "காபி ஏதாவது சாப்பிடுகிறாயா?"

"வேண்டாம், இப்போத்தான் சாப்பிட்டுட்டு வரேன்."

"இன்னைக்குக் காலையிலேயே உன்னைக்கொண்டு வந்திடணும்னு டிபுடி சொன்னார். கார் கூட அனுப்பிச்சிருந்தாரே? நீ அதுலியே வருவியோன்னு எதிர்பார்த்தார்."

"நான் அப்போ வீட்டிலே இல்லை."

"மறுபடியும் பனிரெண்டு மணிக்கு வண்டியை அனுப்பலாமான்னு கேட்டார். நான்தான் வேண்டாம், நீ வீட்டிலே இருக்க மாட்டேன்னு சொன்னேன்."

"ஐ ஸீ..."

அசோகமித்திரன்

"இப்பத்தான் லஞ்சுக்குப் போனார். இதோ வந்துடுவார். எப்படியும் இன்னைக்கு உன்னைப் பார்த்துடணும்னு இருக்கார்."

மானேஜர் லேசாகச் சிரித்தார். "அவரே சொல்வார்," என்றார். பிறகு கேட்டார். "நீ ஒரு தூதரகத்துக்கு ஹெல்ப் பண்ணினியே, அது எவ்வளவு நாளைக்கு?" என்று கேட்டார்.

ரகுநாதன் கேட்டான், "இது என்ன விசாரணையா, இல்லை சும்மா கேக்கறீங்களா?"

"சும்மாதான்... சும்மாதான்..."

"உங்களுக்குத்தான் எல்லாம் தெரியுமே, யாரு எவ்வளவு நாளைக்கு என்ன இடத்திலே எவ்வளவு ரூபா எனக்குக் குடுத்தாங்க... எல்லாம், இன்னும் எதுக்கு என்னைக் கேக்கறீங்க?"

"ஒண்ணுமில்லே, ஒண்ணுமில்லே... சும்மாத்தான்..."

அப்போது ஓர் ஆள் அங்குவந்து, "சார், டிபுடி ஐயா வந்துட்டார்!" என்றான்.

"ரூமுக்கு வந்துட்டாரா?" என்று மானேஜர் கேட்டார்.

"ஆமாம் சார். உங்களையும் இவரையும் உடனே வரச் சொன்னார்."

மானேஜர் ரகுநாதனைக் கேட்டார், "நம்ப போகலாமா?"

ஆகாயத் தாமரை

17

மானேஜர், "நம்ப போகலாமா?" என்று கேட்டபோது ரகுநாதனுக்கு உடனே 'வேண்டாம்' என்றுதான் சொல்லத் தோன்றிற்று! "சரி" என்றான்.

டிபுடியின் அறை ஜன்னல்களை எல்லாம் திறந்து வைத்திருந்தது. ஏர்கண்டிஷனர் வேலை செய்யவில்லை. ஒரு பெடஸ்டல் விசிறி சுழன்று கொண்டிருந்தது. முதலிலிருந்தே அந்த அறை ஏர்கண்டிஷன் செய்யப்படுவதற்கென்றே திட்டமிடப் பட்டது. இப்போது அதன் ஜன்னல்களை எல்லாம் திறந்து வைத்ததில் அந்த அறையின் அந்தரங்கமே பறிபோனது போல இருந்தது. அந்தக் கட்டிடத்திற்குச் சற்றுத் தள்ளி ஒரே கட்டிடத்தில் அமைந்த மூன்று சினிமாக்கள். அதனால் கூடும் ஏராளமான ஜனத்திரள்.

அந்தப் பிரதேசத்தில் மூன்று நான்கு பெரிய அசைவ உணவு விடுதிகள், டிபுடியின் அறையின் திறந்த ஜன்னல்கள் இதெல்லாவற்றையும் உணரும்படி செய்த வண்ணம் இருந்தன.

"ஹலோ – நீ அப்புறம் ஆபீஸுக்கே வரவில்லையே?" என்றார் டிபுடி.

ரகுநாதன் பதில் சொல்லவில்லை.

"உட்கார்," என்றார்.

ரகுநாதன் உட்கார்ந்தான். டிபுடி திரும்பி மானேஜரைப் பார்த்து, "இங்கு எங்கே நல்ல காபி கிடைக்கும்?" என்றார்.

ரகுநாதன், "எனக்குக் காபி வேண்டாம்!" என்றான்.

டிபுடி, "என்ன?" என்றார்.

"நான் காபி சாப்பிட்டாயிற்று!" என்று ரகுநாதன் சென்னான்.

"நான் சாப்பிட வேண்டாமா? எனக்கு வேண்டும்!" என்று டிபுடி சொன்னார்.

ரகுநாதன் அதற்குமேல் ஒன்றும் சொல்லவில்லை.

"நான் வாங்கிண்டு வரச் சொல்லறேன்," என்று மானேஜர் சொன்னார்.

"இதைப் பொருட்படுத்த மாட்டீர்கள் என்று நம்புகிறேன்," என்று டிபுடி சொன்னார்.

"நாட் அட் ஆல். சென்னையில் நல்ல காபி எங்கெங்கு கிடைக்கும் என்று தெரிந்து கொள்வது எப்போதுமே நல்லது!" என்று மானேஜர் சொன்னார்.

"நல்லது எங்கே கிடைக்கிறது? எல்லாம் உள்ளூர்ச் சரக்குத்தான்." என்று டிபுடி கண்ணில் அர்த்தம் தோன்றச் சொன்னார்.

சரக்கு என்றதும் ரகுநாதனுக்கு டிபுடியைப் பழைய மாம்பலத்திற்கு அனுப்பலாமா என்று தோன்றியது. இவர்களுக்கு முனுசாமி மிகவும் பயனுள்ளவனாக இருப்பான்.

மானேஜர் வெளியே போனார். டிபுடி அவரிடம், "மறக்காதீர்கள்," என்றார்.

"இல்லை, இல்லை," என்று சொல்லியவாறு மானேஜர் மறைந்தார்.

"அப்பாடா," என்று டிபுடி சொன்னார். பிறகு ஆசுவாசமாக அவருடைய நாற்காலியில் உட்கார்ந்து கொண்டார். மிகவும் உற்சாகமடைந்தவர் போலக் காண்பித்துக் கொண்டார். இதெல்லாம் அவருடைய உள்ளார்ந்த சங்கடத்தைத்தான் ரகுநாதனுக்குக் காட்டிற்று.

"எப்படி இருந்திண்டிருக்கே?" என்று டிபுடி ரகுநாதனை அன்பாக விசாரித்தார்.

"நீங்க சொல்லறது புரியலை" என்று ரகுநாதன் சொன்னான்.

டிபுடி சிறிது களைத்தவரானார். ஆங்கிலத்தில் "உன் சௌகரியம் எப்படி?" என்று பொருள்படக் கேட்டார்.

"நீங்கள்தான் சொல்ல வேண்டும்" என்று ரகுநாதன் சொன்னான்.

"ஆமாம்..." என்று டிபுடி இழுத்தவாறு ஆரம்பித்தார்!

"என் போன்றவர்கள் சௌகரியம் அசௌகரியம் எல்லாம் உங்கள் கையில்தானே இருக்கிறது!"

"அப்படி இல்லை..." என்று சமாதானம் கூறும் வகையில் டிபுடி பேச ஆரம்பித்தார். "சிறு சிறு அசந்தர்ப்பங்கள் துரதிர்ஷ்டவசமாக நடந்து விடுகின்றன" என்றார்.

ரகுநாதன் பதில் கூறவில்லை.

"நீ இன்றையிலிருந்தே வேலைக்கு வந்து விடலாம்" என்று தொடர்ந்தார்.

"நான் இன்றைக்கு வேலை செய்யத் தயாராக வரவில்லை" என்று ரகுநாதன் சொன்னான். நிச்சயம் ராஜப்பா தான் தன் விஷயத்தில் தலையிட்டிருக்கிறார். அதன் வலிமை எது வரையில் என்று பார்த்துவிட்டால் போகிறது.

"அப்போது நாளையிலிருந்து – சரியா?"

"சரி..."

சிறிது நேரம் மௌனம். ரகுநாதன் முதலில் பேசினான்.

"எனக்கு இந்த மாதம் முழுச்சம்பளம் கிடைக்காது."

"இல்லை! நீ வராத நாட்களை உன் லீவுக் கணக்கில் சரி செய்யச் சொல்கிறேன்."

"இதற்குத்தான் கூப்பிட்டு வரச் சொன்னீர்களா? மிக்க நன்றி!"

"பரவாயில்லை..."

"மிக்க நன்றி..."

"நான் ஒன்றிரண்டு விஷயங்களைச் சரியாக உன்னிடம் கேட்டுக்கொள்ளவில்லை."

ரகுநாதனுக்குக் கொஞ்சம் உள்ளங்கால் சில்லிட்டது. "என்ன?"

"நீ ஒரு கண்காட்சி சாலை ஏற்பாடு செய்தாயல்லவா?"

"நான்தான் ஏற்பாடு செய்தேன் என்று சொல்ல முடியாது."

"ஆனால் அதில் முக்கியப் பங்கு இருந்தது உனக்கு!"

"அதில் எல்லா முக்கிய வேலையும் செய்ததெல்லாம் மூன்றே பேர். ஆதலால் அந்த மூன்று பேருக்கும் முக்கியப் பங்குதான்!"

"நீ அந்த மூன்று பேர்களில் ஒருவன். அப்படித்தானே?"

ரகுநாதனுக்குப் பேச்சு ஏன் இத்திசையில் செல்கிறது என்று தயக்கமாக இருந்தது.

"நீங்கள் விசாரணை ஏதாவது ஏற்பாடு செய்வதென்றால் நான் தயாராக இருக்கிறேன். என் குற்றத்திற்குத் தகுந்தபடி தண்டனை தரலாம். எனக்குச் சம்மதமே."

"நோ நோ நோ. நான் அதற்காக உன்னைக் கேட்கவில்லை. இந்தக் கம்பெனி தன் பணியாளர்கள் ஒரு குறுகிய வட்டத்திலேயே வாழ்க்கை அமைத்துக் கொள்வதை அவ்வளவு விரும்புவதில்லை. உன் போலப் பிற ஈடுபாடுகள் உள்ளவர்களையும் திறன் உள்ளவர்களையும் பெரிதும் விரும்பும். அவர்கள் மேலும் வளர்ச்சி பெறுவதில் அக்கறை கொள்ளும்."

அப்போது காபி டிகாக்ஷன், பால், சர்க்கரை எல்லாம் தனித்தனிப் பீங்கான் ஜாடிகளில், டிபுடி அறைக்கு வந்து சேர்ந்தன. ஒரு தட்டில் பிஸ்கெட்டுகள். இன்னொன்றில் கேக் துண்டங்களும் இருந்தன.

ஆள் அவற்றை வைத்துவிட்டுப் போகும் வரை காத்திருந்து, டிபுடி ரகுநாதனைப் பார்த்து, "கமான், எடுத்துக்கொள்," என்றார்.

"இல்லை, நான் இப்போதுதான் சாப்பிட்டு விட்டு வந்திருக்கிறேன்."

"வெறுமனே ஒன்றிரண்டு கடி, இன்று எனக்குச் சரியான மதிய உணவு இல்லை."

"ஏன், வீட்டுக்குப் போகவில்லையா?" இப்படிச் சொல்லிக் கொண்டு ரகுநாதன் ஒரு கேக் துண்டை எடுத்துக் கொண்டான்.

"இல்லை, இன்று எனக்கு இரண்டு முக்கிய மீட்டிங்குகள் இருந்தது. ஏர்போர்ட் வேறு போக வேண்டியிருந்தது... ஆமாம், உனக்கு அந்தத் தூதரை நன்றாகத் தெரியுமோ?"

ரகுநாதன் மீண்டும் உஷாரடைந்தான், "யார், எந்தத் தூதர்?"

டிபுடி ஒரு அயல் நாட்டின் பெயரைச் சொன்னார்.

"தெரியாது," என்று ரகுநாதன் சொன்னான்.

"இல்லை. உனக்கு அவரை நன்றாகத் தெரியும் போலிருக்கிறதே!"

ஆகாயத் தாமரை

"நீங்கள் யாரைச் சொல்கிறீர்கள்?"

"அதுதான் அந்தச் சென்னைத் தூதுவரை?"

"சென்னையில் அந்த நாட்டிற்குத் தூதுவர் கிடையாதே? உதவித் தூதுவர்தான் ஒருவர் இருக்கிறார்."

"அவர்தான். அவரைத்தான், உனக்குத் தெரியுமில்லையா?"

ரகுநாதன் பதில் தரவில்லை.

டிபுடி ரகுநாதனை ஆர்வத்துடன் பார்த்தார். அவன் அசையாமல் இருந்தான். அவர் சட்டென்று, "காபி எடுத்துக் கொள்ளவில்லையே?" என்றார்.

ரகுநாதன் ஒரு காபிக் கோப்பையைத் தொட்டான். டிபுடி அதில் டிகாக்ஷனை ஊற்றினார். அவர் "போதுமா?" என்று ஒருமுறை கேட்டபோது ரகுநாதன் உடனே பதில் தரவில்லை. ஆதலால் பாதிக் கோப்பையளவு டிகாக்ஷன் நிறைந்துவிட்டது. அது எவ்வளவு சங்கடமானது என்று பாலூற்றும்போதுதான் தெரிந்தது. கோப்பை வழியப் பால் விட்டும் காபி கருப்பாகத்தான் இருந்தது.

ரகுநாதன் அதிகம் பொருட்படுத்தாதவன் போலக் காண்பித்துக் கொண்டான். டிபுடியும் தன் ஆற்றலுக்கு மீறியது என்பது போல காபி விஷயத்திலிருந்து பின் வாங்கிக் கொண்டார். மிக இனிப்பாக இருந்த கேக் தின்றபின் திராவகம் போல உள்ள காபியை ஒரு வாய் உறிஞ்சியபோது ரகுநாதனுக்கு மயக்கமே வந்துவிடும் போலிருந்தது. அந்த டிகாக்ஷன் அவ்வளவு கெட்டியாக இருந்தது.

டிபுடி மீண்டும் பேச ஆரம்பித்தார். "உனக்குத் தெரியும். நாங்கள் உற்பத்தித் துறையில் பெருவாரியாக விஸ்தரிப்புத் திட்டங்கள் வைத்திருக்கிறோம் என்று. பத்து நாட்களுக்கு முன்புதான் ஒரு நிபுணர் குழுவின் சாத்தியக் கூறு ரிப்போர்ட் வந்து சேர்ந்தது. மூன்று வருடங்களாக நாம் அந்த அயல் நாட்டுக் கம்பெனியோடு ஒரு கூட்டுத் தொழிற்சாலையை இங்கு தென்னிந்தியாவில் அமைக்க முயன்று வருவதும் உனக்குத் தெரியும்."

ரகுநாதனுக்குத் தெரியாது. அப்படி அந்தக் கடிதங்களையோ தஸ்தாவேஜுகளையோ அவன் பார்க்க நேர்ந்திருந்தாலும் இப்போது சுத்தமாக அவன் நினைவில் ஒரு இழைகூட அவை மிஞ்சியிருக்கவில்லை.

ஆனால், டிபுடி ரகுநாதனிடமிருந்து ஏதாவது சமிக்ஞைக்காகக் காத்திருந்தார் என்று நன்றாகத் தெரிந்தது. அந்தக் கடும் கசப்புக் காபி தந்த மயக்கத்தில் கூட ரகுநாதனுக்கு அது தெரிந்தது.

"நீ இந்த ஓவியக் கண்காட்சிக்கு உதவி செய்யப்போவதை எங்களிடம் யாரிடமாவது தெரிவித்திருக்கலாம். அதை நாங்களே எங்கள் முக்கியப் பொறுப்பாக ஏற்றுப் பிரமாதமான வெற்றியாக நடத்திக் காட்டியிருப்போம்."

திடீரென்று இந்த மனிதனுக்கும் இந்த நிறுவனத்திற்கும் ஓர் அயல்நாட்டு ஓவியனின் மீது எப்படி இவ்வளவு அக்கறை வந்தது? ஏன் வந்தது?

"நீ நினைத்துக் கொண்டிருக்கக் கூடாது, எங்களுக்குக் கலைகளிலோ இம்மாதிரிக் கலாச்சாரப் பரிமாற்றங்களிலோ ஈடுபாடு கிடையாது என்று. உண்மையில் எங்களுக்கு இவற்றில் மிகுந்த ஆர்வமும் இளம் ரசிகர்களைப் போற்றி ஆதரிக்க வேண்டும் என்ற எண்ணமும் எப்போதும் உண்டு!"

ரகுநாதனுக்கு ராஜப்பாவின் குரலும் டிபுடியின் குரலோடு இணைந்துவிட்ட மாதிரி இருந்தது. அவனுக்கு இது இன்னும் பெரிய புதிராக இருந்தது, திடீரென்று இந்தக் கலையார்வம் எதற்கு உண்டாயிற்று?

"அந்தத் தூதுவர், அதுதான் அந்த உதவித் தூதுவர் கலை ரசனை உள்ளவர் மட்டுமல்ல. அவர் நாட்டில் அவர்தான் உற்பத்தித் துறையில் குறிப்பாகப் புதுத் தொழிற்சாலைகள் நிர்மாணத்தில், திட்டங்களை ஆராய்ந்து சாத்தியக் கூறுகள் தெரிவிப்பதில் நிபுணர் என்றும் உனக்குத் தெரிந்திருக்கும்!"

ரகுநாதனுக்கு ஒரு மின்வெட்டில் விஷயம் விளங்க ஆரம்பித்தது. அவனுடைய நிறுவனம் கூட்டுத் தொழிற்சாலை நிறுவ உத்தேசித்திருந்த நாட்டின் ஓவியர் ஒருவருக்குத்தான் அந்தக் கண்காட்சி நடந்திருக்கிறது. ரகுநாதனுக்கும் இந்தச் சுற்றி வளைத்துப் பேசும் விஷயத்திற்கும் எவ்வளவு நுண்ணிய தொடர்பு. ரகுநாதன் நன்கு நிமிர்ந்து உட்கார்ந்து கொண்டான்.

"இதோ பார், இன்னும் ஒன்றும் முடிவாகவில்லை. இன்னும் நிபுணர்களின் இறுதியான கிளியரன்ஸ் கிடைக்கவில்லை. இந்த உதவித் தூதுவரை இரண்டு நாட்கள் முன்புதான் சந்தித்தோம். வெறும் சாதாரண, சம்பிரதாயச் சந்திப்பு. நீயும் அவர் மனைவியுமாக எடுத்துக் கொண்ட போட்டோ ஒன்று பெரிதாக அவர் அறையில் இருக்கிறது. அப்போதுதான் சொன்னார். நீ அவருக்கு நண்பன் என்று..."

இந்த வெள்ளைக்காரர்கள் யாரை எதற்கு நண்பர்கள் என்று சொல்கிறார்கள் என்று ரகுநாதன் தனக்குத்தானே கேட்டுக் கொண்டான்.

"அதனால் எல்லாம் இல்லை, உன்னைத் திரும்பிக் கூப்பிட்டனுப்பியதற்குக் காரணம். எங்களுக்கு ஒரு நல்ல கலை ரசிகனை அனுபவம் மிக்க, ஆனால் இளவயதுடைய நல்ல பணியாளனை இழக்க விருப்பமில்லை. நீ நாளைக்கே வந்து சேர்ந்தால்கூட இங்கே சில மாறுதல்களைச் செய்யச் சில நாட்களாகும். நீ பழையபடி உன் பழைய வேலையைப் பார்த்துக் கொள்ள வேண்டாம், அதற்கு வேறு ஆள் பார்த்தாயிற்று. அதாவது அந்தப் பொறுப்புகளை இன்னொருவரிடம் ஒப்புவித்தாயிற்று. நீ நமது நிறுவனத்தின் சில விசேஷப் பொறுப்புகளைக் கவனிக்க வேண்டியிருக்கும். நம் நிறுவனம் கலந்து கொள்ளக்கூடிய கலாச்சார நிகழ்ச்சிகள் இங்கு சென்னையிலோ அல்லது தென்னிந்தியாவிலோ சாத்தியம் என்றால் அதற்குத் தகுந்த திட்டங்களை நீ தான் தரவேண்டும்..."

ரகுநாதனுக்குத் தன்னுடைய குழப்ப நிலை எந்த விதத்திலும் குறைந்ததாகத் தெரியவில்லை. ஆனால், ஒன்று மட்டும் அவனுக்கு வலுவூட்டியது. இந்த மகா புத்திசாலிகள் அவனால் ஏதோ பெரிதாகக் கைகூடப்போகிறது என்று நினைக்கிறார்கள். இவர்களுக்கு அந்தத் தூதுவர் கொடுத்த விருந்தில் தான் சாப்பிடக்கூட முடியாது போனது தெரியாது. அவன் சாப்பிடாமல் காணாமல் போனதுபற்றி யாருமே கவலைப்பட்டதாகத் தெரியவில்லை. கவலையென்ன, கவனிக்கக்கூட இல்லை என்று சொல்ல வேண்டும்.

"இந்த நிறுவனம் உன்போன்ற துடிப்புள்ளவர்களால் தான் விரிவும் விஸ்தாரமும் அடையவேண்டும். நாங்கள் எல்லாமே செய்யக்கூடிய சர்வ வல்லமை பொருந்தியவர்கள் அல்லர். எங்களால் என்ன முடிகிறது? முதல்தான் போடமுடிகிறது, அல்லது முதலுக்கு ஏற்பாடு செய்ய முடிகிறது. மற்றப் பணிகளெல்லாம் செய்து பெரிய பெரிய முயற்சிகளை வெற்றிகரமாக நிறைவேற்றுவது யார்? உன் போன்ற இளைஞர்கள் தானே! இந்தத் தேசத்தின் எதிர் காலமே உன்போன்ற இளைஞர்களின் கையில் இருக்கிறது. இந்த உலகத்தின் எதிர்காலமே இளைஞர்கள் கையில் இருக்கிறது. இன்னும் இரண்டு பிஸ்கெட்டுகள் எடுத்துக் கொள். கொஞ்சம் காபி..?"

18

ரகுநாதன் மீண்டும் வேலைக்குப் போக ஆரம்பித்தான். நன்றாக உடுப்புகள் அணிந்துகொண்டு வேலைக்குப் போனான். அவனுடைய சம்பளம் மூன்று மடங்கு உயர்த்தப்பட்டிருந்தது. பொதுஜனத் தொடர்பு அதிகாரிகள் குறைந்த சம்பளத்தில் அவ்வளவு திறமையாக வேலை செய்வதில்லை.

ரகுநாதன் அவனுடைய நிறுவன காரியாலயத்திற்கு நான்கு நவீன ஓவியங்கள் வாங்கினான். இரண்டு சிற்பங்களும் தேர்ந்தெடுத்தான். ஓவியம், சிற்பம் இரண்டும் நிறைய சர்ச்சைகள் எழுப்பின. அப்படி சர்ச்சைகள் வருவதே அவற்றின் வெற்றியின் அடையாளம் என்றான்.

அந்த அயல் நாட்டு உதவித் தூதுவருக்கு ரகுநாதனுடைய நிறுவனம் ஒரு விசேஷ விருந்து அளித்தது. முன்பு நடந்ததற்குப் பழிவாங்குவது போல ரகுநாதன் அந்த விருந்தைக் கூவம் நதிக்கரைப் பக்கமிருந்த அந்தச் செல்வந்தர் பொழுதுபோக்கு விடுதியிலேயே ஏற்பாடு செய்யச் செய்தான். அவன் அதில் அங்கத்தினராக வேண்டும் என்று விடுதியினர் நிபந்தனை போட்டார்கள். ஆயிரம் ரூபாய்க்கு மேல் ரகுநாதனுடைய நிறுவனம் அவ்விடுதிக்குக் கட்டணம் செலுத்தி ரகுநாதனை ஒரு முதல்தர அங்கத்தினராகப் பதிவு செய்ய வைத்தது. அப்படியிருந்தும் விருந்து நடைபெறவிருந்த

இரவன்று அந்த விடுதி வாசற் கேட்டைக் காரில் கடந்து செல்லும்போது ரகுநாதனுக்குச் சிறிது திக்திக்கென்றுதான் இருந்தது. அந்த விருந்துக்கு ராஜப்பாவை அழைத்திருந்தது. ஆனால், அவரைக் காணோம். எங்காவது தனியாக இருட்டில் குடித்துக் கொண்டிருக்கிறாரோவென்று கூட ரகுநாதன் தேடிவிட்டு வந்தான். அவரைக் காணவேயில்லை. உண்மையில் அவன் அவரைப் பிற்பாடு பார்க்கவேயில்லை. உதவித் தூதுவர் சென்னை நகரத்தின் சுத்தம் மக்களின் பரோபகாரத் தன்மை, அவர்களுடைய நாணயம் இதெல்லாம் பற்றி விவரமாகப் பேசினார். (அன்று இரவுதான் அவருடைய கார் சக்கரங்களின் ஹப் மூடிகள் நான்கும் திருடப்பட்டுவிட்டன.) சென்னை மாலைப் பொழுது இஸ்ரேல் நாட்டு மாலைப் பொழுதுகளை ஒத்திருப்பதைப் பற்றியும் கூறினார். ரகுநாதனிடம் விசேஷப் பற்றுக்கொண்டவராயிருந்தார். ரகுநாதனும் அவரிடமும் அவர் மனைவியாரிடமும் மிகவும் உரிமையுடன் நடந்துகொண்டான்.

ரகுநாதனுடைய அம்மா அவளுடைய இயல்பின்படி ரகுநாதனின் புது மாற்றங்களிலும் இன்பம் கண்டாள். ரகுநாதன் அவன் புதிதாக வாங்கிய ஸ்கூட்டரில் அவளைப் பல கோவில்களுக்கு அழைத்துச் சென்றான். ஆனால், பாவம் அவன் ஸ்கூட்டர் வாங்கிய மாதம் பெட்ரோல் காலன் பதினைந்து ரூபாய்க்கு விற்க ஆரம்பித்தது.

மாலதியும் அப்படியே விடுபட்டுப் போனாள். சுமார் இரண்டாண்டுகள் கடந்த பின்புதான் மீண்டும் அவளை ரகுநாதன் சந்திக்க நேர்ந்தது. அப்போது இருவரிடமும் கார்கள் இருந்ததால் அவர்கள் விடைபெற்றுக்கொண்டு அவரவர் வழியே சென்றனர்.

ஒரு முறை சாலையில் கார் குறுக்கே வந்த ஒரு ரிக்ஷாக்காரனை ரகுநாதன் வைதான். மீண்டும் காரைக் கிளப்பிக்கொண்டு சிறிது நகர்ந்த பின்புதான் முனுசாமியை அவன் அடையாளம் கண்டு கொண்டான். சென்னையில் முழு மதுவிலக்கு அமலான போது ராஜப்பாவோடு சேர்த்து முனுசாமியையும் ரகுநாதன் நினைத்துக்கொண்டான்.

ரகுநாதனுடைய நிறுவனம் வேறு ஏதேதோ பல புதுத் திட்டங்கள் வகுத்துத் தன்னை விஸ்தரித்துக் கொண்டது. ஆனால், அது ஓவியங்களின் மீது ஆர்வம் கொள்ளக் காரணமாயிருந்த அயல் கூட்டுத் தொழிற்சாலை நிறைவேறவில்லை. அந்த நாட்டின் உதவித் தூதுவராகச் சென்னையில் இருந்தவர் சென்ற ஆண்டு அர்ஜெண்டீனாவுக்குத் தூதுவராக மாற்றப்பட்டார். அவருக்குக்

கெட்ட சகுனங்கள் ஏற்பட்டிருக்க வேண்டும். அவர் பயணம் செய்த விமானம் லிபியாவுக்கு ஹைஜாக் செய்யப்பட்டது. அவர் அர்ஜெண்டினாவில் பதவி ஏற்றுக்கொண்ட ஒரு மாதத்தில் அவர் நாட்டில் அவர் சார்ந்த அரசியல் கட்சி தேர்தலில் தோல்வி அடைந்து ஆட்சியிலிருந்தும் விலகியது.

சென்னையில் பல பாலங்கள் அகலப்படுத்தப்பட்டுவிட்டன. ஜெமினி மேம்பாலமும் கட்டி முடித்தாயிற்று. நீங்கள் அவசியம் சென்னைக்கு விஜயம் செய்து ஒருமுறை ஊரை நன்கு சுற்றிப் பார்க்கவேண்டும்.

●